गोनवळा

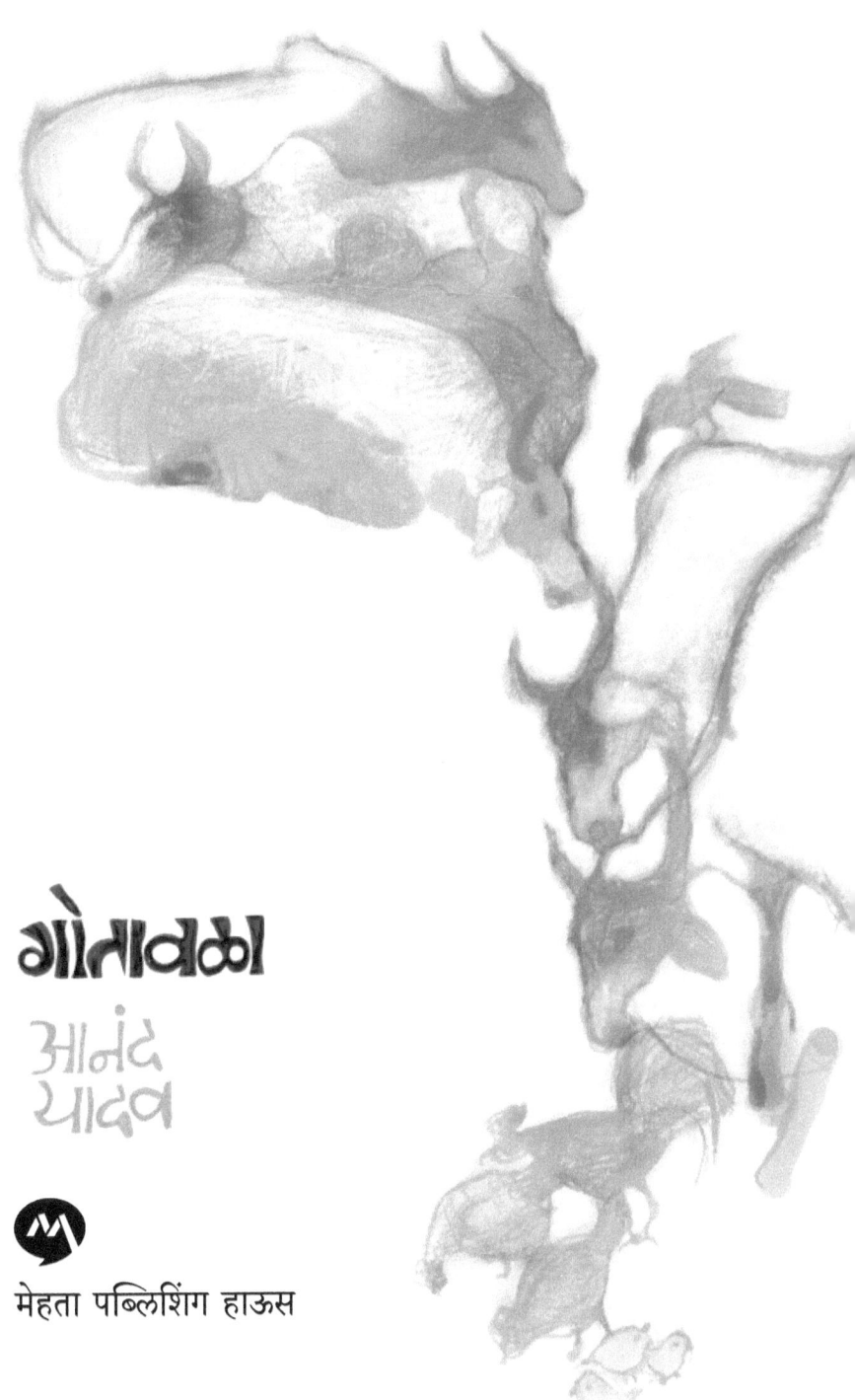

गोतावळा

आनंद यादव

मेहता पब्लिशिंग हाऊस

GOTAVLA by ANAND YADAV

गोतावळा : आनंद यादव / कादंबरी

Email : author@mehtapublishinghouse.com

© स्वाती आनंद यादव

प्रकाशक

सुनील अनिल मेहता, मेहता पब्लिशिंग हाऊस,

१९४१, सदाशिव पेठ, माडीवाले कॉलनी, पुणे – ४११०३०.

अक्षरजुळणी : गार्गी वर्डवर्ल्ड, पुणे.

मुखपृष्ठ । चित्रे । मांडणी : चंद्रमोहन कुलकर्णी

प्रकाशनकाल

पहिली आवृत्ती मे, १९७१ / ऑगस्ट, १९७४ / सप्टेंबर, १९८५ /
नोव्हेंबर, १९९३ / ऑगस्ट, १९९५ / सप्टेंबर, १९९७ / जानेवारी, २००५ /
सप्टेंबर, २००५ / मेहता पब्लिशिंग हाऊस यांची नववी आवृत्ती जुलै, २०१२
ऑगस्ट, २०१४ / पुनर्मुद्रण : मे, २०१७

P Book ISBN 9788184984101

E Book ISBN 9789386454416

E Books available on : play.google.com/store/books

www.amazon.in/b?node=15513892031

घरातल्या सात भावंडांना....

श्री. पु. भागवत, प्रभाकर पाध्ये, सौ. कमल पाध्ये,
स. शि. भावे, सौ. सुमित्रा भावे यांचे ऋण आभारापलीकडचे आहेत.

– आनंद यादव

एक

ढोरांच्या वैरणी रचत हुतावं. रानातली समदी पिकं खळ्यावरनं घराकडं गेलेली. खळ्याच्या भवतीनं उसाचं वाळलेलं वाडं, नदीची गवतं, कडबं, शेगांचं याल, तुरीचं कोंडं, तुरकाट्या पडल्या हुत्या. व्हळीची जागा परवादिशी निर्मळ करून घेटलेली. तिथं नवी वैरण रचायचं चाललेलं. कडब्याचं नि गवताचं भारं झरारा वर येत हुतं नि वैरणीची व्हळी माटात वर चढत हुती.

दीस कलतीला लागल्यावर मालक मळ्याकडं नारोळ-निवद घेऊन आला. त्येच्याबरोबर कोल्हापूरचा गेलं साली आलेला पाव्हणा... त्येच्याबी पल्याडल्या साली आला हुता. उच्चच्या उच्च. त्येची सावली माळावर लांबपतोर गेलेली. अजून तसाच नाळ-रोगी. व्हटांवरच्या मिशा काढलेला. भुंडा. पायांत पट्ट्यापट्ट्यांचं कसलं तरी चप्पल. हात-पाय बारक्या पोरागत बिनकामानं मऊ-मऊ दिसतेलं. चुन्यात बुडीवल्यागत पांढरीधोट कापडं... पांढऱ्या कापडांस्नी बघून जनावरं भुजली नि समदी दावणच्या दावण कावरी-बावरी होऊन हुबी ऱ्हायली.

''नारबा.'' मालकाची हाक.

''आलो.'' मी व्हळीवरनं खाली उतरून गेलो.

''म्हसूबाचा नारोळ-निवद दिलाय तिनं. दाव चल.''

''व्हय.''

पाव्हण्यासाठी ढोरांच्या मांडवापाठीमागं बाभळीबुडी घोंगडं टाकलं. तिथं मांडवाची

सावलीबी आलेली. पाव्हणा नि मालक घोंगड्यावर बोलत बसलं नि हिरीतनं ताजं पाणी निवदाला आणायला गेलो. माणसं कामाला तशीच जोडली.

माळाच्या खालच्या शिवंला म्हसूबा. शीव खोपीपासनं का लई लांब न्हवती. मी ताजं पाणी घेऊन आलो. मालक घोंगड्याशेजारचा निवद हातात घेऊन उठला.

"तुम्ही येता?"

"चल की! बोलत-बोलत येतावं."

बोलणं आदीपासनं चाललंच हुतं. मी बारडी घेऊन फुडं झालो नि दोघंबी मांडवामागनं येऊ लागलं. पाडी भुजली. गार्रकन मुतात भिजलेली शेपूट फिरीवली... पाव्हण्याच्या कापडावर चिट्ट्या-चिट्ट्या.

"अर्रर्र!"

"काय झालं?"

"गाईनं प्रताप केला."

मालकानं बघिटलं, तर वंगाळ वाटलं.

"नाऱ्या."

"जी."

"जरा पाणी आण रं."

मी जाऊन च्या करायची डेचकी आणली नि बारडीतलं निवदाचं थोडं पाणी घेतलं... मालकानं कापडावरचं डाग घासून धुतलं. मालकाचं तरी हात एवढं कुठलं निर्मळ? डाग धुतलं पर गेलं न्हाईत. गडद हुतं ते पातळ झालं नि पसरलं.

"राहू दे आता. घरी जाऊन कपडे बदलता येतील."

मी बारडी घेऊन फुडं चालू लागलो. बोलणं चालूच हुतं. काय थोडं कळत हुतं नि काय थोडं कळत न्हवतं.

"...पैसा भरपूर गोळा केला पाहिजे. तर ह्या गोष्टी."

"आता एवढा पैसा आमच्या हातनं कुठला गोळा व्हायला आलाय?"

"मनात आलं तर कठीण नाही. दहा-बारा जनावरं आहेत."

"धा-बारा जनावरांचं असं किती येणार हाईत? त्यांतली का सगळीच चांगली हाईत? काय थोडी म्हातारी हाईत. काय थोडी दुधाला पाहिजेत... गायी का इकता येणार हाईत?"

"धंदा म्हटला की, गाय नि माय करून भागणार नाही. येईल त्याचा पैसा केला पाहिजे. माणसाच्या लघवीचासुद्धा खतासाठी उपयोग करून घेता येतो. आपली शेती अशा मागास विचारांनीच बुडत चाललीय." पाव्हणा शिरा ताणवून बोलत हुता.

"ते खरं. तरी पैशाची बेजमी हुईल कुठली?"

"तगाई मिळेल. रानात भरपूर मोठी झाडं दिसतात. माळावर ह्या झाडांचा काय उपयोग? शिवाय सलग माळ नांगरायचा नि त्यात पावसाळी पिकं घ्यायची, तर ही मधली झाडं ठेवून भागणार नाही."

"तेबी खरंच म्हणा!" मालक हूंऽ म्हणतेला.

"आणि विनाकारण जनावरं पोसण्यात तरी काय अर्थ आहे? त्यात पुन्हा त्यांच्या चाऱ्यात तुमचा बराच पैसा गुंतून राहणार आणि वायाही जाणार."

"व्हय की!"

"नुसतं 'व्हय की' नाही. हिशेब ठेवावा लागतो."

मालक तोंड सैल सोडून हासला. "शेतकऱ्याला हिशोब ठेवून कसं हो भागंल? उघड्यावरचं राज हे. काळ्याईत घाटलेला पैसा कुठं जाणार हाय व्हय?"

"अहं ऽ हंऽ हं! 'काळी आई-बिळी आई' आता सगळं सोडून द्या. म्हणायचंच असेल तर 'दाई' म्हणा. असं झालं तरच शेतीकडनं जास्तीत जास्त प्राप्ती होईल. तिला भरपूर राबवून घेतली तरच पैसा. एवढा पैसा घालून तुम्ही का; 'काळी आई, काळी आई' करतच बसणार?"

मालकाला येडबडल्यागत हुईत हुतं. "तेबी खरंच की."

घटकाभर दोघंबी गप्पच झालं. मधीच कसलं तरी यार्डाचं बोलणं निघालं. कसली तरी आखणी करून द्यायचं ठरलं. मी फुडंच जाईत हुतो.

पाव्हण्याला एकदम कसलीतरी आठवण झाली.

"इंग्रजी खतं भरपूर घातली, तर ह्याच रानात पन्नास-पन्नास हजारांचं पीक दरसाल घेता येईल."

"व्हय की!" चेहरा फुलून येत हुता.

"जनावरांची काही गरज नाही."

"हां... "

म्हसूबा आला.

"...पर एखादी तरी जोडी ठेवावी लागणारच की हो. पर्तेक येळंला ट्याक्टरच कसा वापरता येईल?... ते परवडणारबी न्हाई."

"हौस असेल तर ठेवून टाकावी एखादी... पण तिकडं जनावरं शेतीच्या कष्टाला अजिबात पाळत नाहीत. नुसतं यंत्रावर."

"व्हय की!"

मी पाण्यानं म्हसूबाला धुतलं. मालकाच्या हातातला निवद घेऊन दावला. नारोळ फोडला. दणक्यात तीन तुकडं झालं. खच्चून आपटलं. भान न्हवतं. पर तीन भकलं म्हंजे अपशकुनच. त्यो तसाच एका जागी ठेवून पाया पडलो नि बाजूला झालो. मालकाकडं बघितलं. मालक आला. त्येनंबी निवद दावल्यागत केलं नि

म्हसूबाला हात जोडलं... पाव्हणा तसाच लांब हुबा. त्येच्या पायांत चप्पलबी तसंच. मी त्येच्याकडं बघून म्हसूबाकडं बघितलं. त्येच्या अंगावरचं पाणी घामागत खाली गळत हुतं. शेंदरानं इस्त्याच्या खांडागत रंग झालेला.

म्हशीची धार घेऊन किनीट पडताना घराकडं गेलो. पोरं पुस्तक-पाट्या घेऊन अभ्भेस करत बसली हुती. मालकाच्या तोंडात बिडी. मी घरात जाऊन मधल्या पोराजवळ दुधाची कासांडी आत द्यायला सांगितली नि दाराशेजारी बसलो.

"काय केलं आज, नारायेण?"

"दोन वक्ताला मोटा हुत्या. मधल्या वेळात उसाच्या दोन पाती काढल्या."

"एवढंच?"

"काय करणार दुसरं? दीसभर मोटा तर हुत्या."

"पाणी किती प्यालं?"

"दोन्ही वक्ताचं मिळून तीस-बत्तीस चिरं प्यालं."

"म्हंजे खालच्या खांडात अजून धा-बारा चिरं पाणी प्यायचं असतील?"

"व्हय. उन्हाळ्याचं दीस. पाणी पितंय कुठं जादा... उन्हाळ्यात रेडंबी लौकर घाईला येत्यात. बैलांचाबी दम सुटतोय. पाणी खोल गेलंय."

"हं."

मी गप बसलो.

मालक वर बघत एकदम बोलला,

"ढोरा-गुरांची शेती काय खरी न्हवं बघ, नारायेण! ट्याक्टर घ्यायचा आता."

"कवा?"

"आवंदाच्या उसाचा एवढा घाणा झाला की घ्यायचा. दीसभर वापरायला येतोय. समदी कामं एकटा करंल."

"एकटा?"

"व्हय. नांगरट, कुळवट, पाणी वडणं, खत वडणं... पडंल ते रानातलं काम त्येच्याकडनं करायचं."

"म्हंजे बैलांस्नी भरपूर इस्वाटा मिळणार म्हणा?"

गाडगाड हासला. मीबी त्येच्या मर्जीसाठी हासलो.

"इस्वाटा कसला? बैलं, रेडं काढून टाकायचं आवंदाच्या साली. ढोरांचं काय कामच न्हाई तर कशाला ठेवायची?... हऽहऽहऽ! तुलाबी उगंच ढोरांच्या उसावरीची दगदग नगं."

पोटात शिंग घुसल्यागत झालं. "मला कसली दगदग? मला तर ढोरांबिगार चैनच पडत न्हाई. त्येंचं करण्यातच माझा दीस जातोय."

"आता नुसता तू पाणी पाजण्यात दीस घालीव. बाकीची दगदग नगं तुला...

कसं?'' हासं.

''आता तुम्ही म्हणशीला ते खरं... '' बोलता-बोलता मी पान तंबाखूसकट गिळलं. पान गिळतोय ह्येची आठवण ऱ्हायली न्हाई. आवंडा गिळल्यागत गटाकदिशी पोटात गेलं.

मालकिणीचा आतनं आवाज आला.

''दूध एवढंच व्हय रं नारा?''

''व्हय. टिस्कीनं दिलं न्हाई.''

''का?''

''आता 'का?'. उन्हाळ्याचं दीस. वैरणी कुठं हाईत हिरव्या? तशात तिला फळून आता साव्वा म्हैना सपला. किती पिळायची तिला?'' बाहीरनंच बोललो. मालकीण ''आगंऽ बाई'' करत आतल्या आत गप बसली.

मालकानं बोलणं सुरू केलं.

''ती म्हस काढून टाकावी आता. म्हातारी झालीया. नुसती दुधाची म्हस ठेवायची. रिकामी वैरणीला कार ढोरं नगंत.''

''हंऽ – इक्कास, जरा पाणी आण रं प्यायला.'' मी पोराला सांगिटलं... तंबाखूनं आतनं भडभडून आल्यागत हुईत हुतं.

पावली मागून घेऊन पानं आणायला गेलो. परत आलो, जेवलो नि खंदील घेऊन पायांपुरती वाट बघत मळ्याकडं जायला उठलो... काळूखं गच्च पडलेलं. भुतागत एकटाच मळ्याकडं चाललो हुतो.

दोन

नांगूर सुटला हुता. मांडवात बैलं नि रेडं उसाच्या पाल्याच्या पेंड्या हिरवा मेवा खाल्ल्यागत खाईत हुती... मनात हेच ठेवून त्येंनी सकाळधरनं नांगूर वडलेला असणार. आतडी तोडून घेतली हुती.

दीस बुडताच नेमका मालक आला. झाडांच्या सावल्या नुकत्याच लांब-लांब पसरून एकमेकांत मिसळत हुत्या.

‘‘नांगूर सोडला व्हय रे?’’

‘‘आताच सोडला.’’

‘‘आरं, दीस अजून बुडालाबी न्हाई. तवर रेडं-बैलं मांडवात येऊन वैरणीबी खायाय लागल्यात. चांगलं करता माझं.’’

‘‘आज गंग्या आला न्हाई. सित्या नि मी दोघंच हुतावं. वैरण-पाणी, शेणं-घाणं बघायची हुती.’’

‘‘नांगूर सोडल्यावर कुठं काय लढाईवर जाणार हुतासा? मुलखाच्या म्हाग वैरणी ढोरांस्नी बसूनच घाला.’’

‘‘ईळभर ढोरं तंगलेली असत्यात. सांजचं कट्टाळून जात्यात नि सारखी खोपीकडं वड घेत्यात, म्हणून दीस बुडता-बुडता सोडली.’’

‘‘तुला वड लागली असणार खोपीकडची नि सित्याला वड लागली असणार घराकडची... कुठं गेला त्यो सित्या?’’

“परसाकडंला.”

मालक घाणवडीवर गेला.

“आणि रेड्यांस्नी कशाला वल्ली वैरण टाकलीया ही?”

“नांगूर वडला न्हाई व्हय त्येंनी?” मी हासायचं म्हणून हासत-हासत बोललो. तरीबी मालक जरा डापरलाच.

“मला असलं शाणपण सांगत जाऊ नगं म्हणून तुला किती डाव सांगितलं? मरू देत की, तिकडं रेडं. चिपाडं घालत चला त्यांस्नी. बैलांस्नी तेवढी वल्ली वैरण एखादी पात काढून घालावी... असल्या उन्हाळ्यात वल्ला पाला समद्यांस्नी काढून ऊस वाळवून घालवशीला माझा. रेड्यांस्नी जपून काय वाटं घालायचं हाईत?”

मी खाली बघून गप्पच शेणं भराय लागलो. मालक मग आपल्या संगंच बोलल्यागत बोलाय लागला.

“...एवढ्या पावसुळ्याची वाट. जातील बोंबलत हे रेडंबी आणि बैलंबी. सगळा ऊस कापून घाटला तरी ह्यांस्नी फुरं व्हायचा न्हाई... फुडच्या साली पिकाची अशी नासाडी करायची पाळीच येणार न्हाई खरं.”

मी गप ऐकत हुतो.

“नाऱ्या, ती शेणं भरायची ऱ्हाऊ देत. आदूगर हिकडं ये!”

“काय ते?”

“त्यो रेड्यांच्या फुडचा पाला काढून बैलांस्नी घाल.”

“खाऊ द्यात तिकडं आताच्यापुरता.”

“शाणपणा सांगू नगं.” आवाज कडाकला.

“तसं न्हवं. रेड्यांचा वास वैरणीला लागला की, बैलं ती खाईत न्हाईत, म्हणून म्हटलं. उद्यापासनं मी त्यांस्नी पाला न्हाई घालायचा.”

मी बोलल्यावर कायतरी तनतनत तसाच घाणवडीवरनं नांगरटीच्या वावराकडं गेला. सित्या परसाकडचं टंबरेल घेऊन परत आला. दोघांनी मिळून व्हळीची वैरण काढली. तोडून खोपीत न्हेऊन ठेवली. शेणं-घाणं भरली. गोठा लोटून काढला. ढोरांस्नी पाणी दावलं. म्हशीची धार काढली.

मालक नांगरटीतनं फिरून परत आला.

“नांगरट चांगली खोल हुईत न्हाई.”

“चार बैलांचा नांगूर. तशाच वावार आवळलंय.”

“तरी काय झालं? तास जरा ट्याक्टरच्या तासागत खोल सोडा.”

“हां.” मी जास्त काय बोललोच न्हाई.

दोघांस्नी दोन बिड्या देऊन, दूध घेऊन मालक घराकडं गेला. त्येच्यापाठीमागनं सित्या हळूच गेला.

...मळ्यावर काळूखं पसरत चाललं हुतं. पांदीपलीकडचा बुरूज मुंडकं तोडलेल्या धुडासारखा दिसत हुता. काळूखं पडंल तसा त्यो फुडंफुडंच सरकल्यागत वाटत हुता. येणारं काळूखं अंगावर घेत ढोरं गपगार डोळं झाकून हुबी हुती. लिंबाऱ्यावर पैलं घुबाड घुमलं नि मी एकटाच दुपारी तुटलेल्या नाड्याचं एटाक चिलबिलत बसलो.

दुसऱ्या दिशीबी नांगूरच. थोडं रान फाटल्यावर न्ह्यारी केली. चिलीम वडायपुरता इस्वाटा घेटला.

"नारबा."

"आं."

"झाली न्हवं न्ह्यारी?" सित्या.

"झाली की."

"मग ऊठ की आता. नाव-नाव ऊन चढाय लागलंय. बैलं उगंच तारताळ्या देत हुबी ऱ्हायल्यात तिथं. ऱ्हायलेलं तुकडं सपवून मोकळं झालं पाहिजे आज... मालक उगंच कोकलाय लागतोय."

भाकरीचं फडकं झाडून उठलो. समोर बसलेली चंपी हुंगत-हुंगत जवळ आली. कोंबड्यासकट पिल्ली पळत आली नि कॉर-कॉर करत कोंबड्यानं चंपीला टोचलं. डोळं झाकून मुकाट्यानं ती बाजूला सरली. कोंबड्यानं पिल्ल्यांस्नी जागा मोकळी करून दिली. पिल्ल्यांनी खरकाट्याचं तुकडं चटाऽटा खाऊन टाकलं... कोंबडीची जागा कोंबड्यानं घेटली हुती. जमंल तसं त्यांस्नी त्यो पोटाला आन्न मिळवून देत हुता. आणि गेला म्हंजे पिल्ली सोडून कुठंतरी भटकतबी हुता.

"ढोरांस्नी काय वैरण घालायची?" सित्या म्हणाला.

"तर! काढ की थोडी."

व्हळीचा दोन पेंड्या कडबा काढून त्येनं कचाऽचा तोडला. मी म्हालिंग बैलाच्या फुड्यातलं गवात काढलं. पाड्यांच्या फुडची कडब्याची धाटं काढली नि म्हसरांस्नी घाटली. म्हालिंग्याला दोन पेंड्या पुन्ना चांगलं-चांगलं गवात टाकलं. पान चघळत बसल्यागत त्यो आपला ते खाईत बसतोय.

ढोरांस्नी वैरण टाकून नांगराकडं गेलावं. पानाला चुन्ना लावत, मी खाली बघत चाललो हुतो.

"नारबा, बघिटलंस काय ते तुझं रेडं?"

"काय झालं?"

"तेऽ बघ कुठं जाऊन हुबा ऱ्हायल्यात."

"आयला ह्या हाल्यांच्या!"

पार लांब बांधाकडंला हुंबराचं झाड हुतं. तिथं नांगरासकट बैलांस्नी घेऊन रेडं

सावलीत जाऊन हुबं ऱ्हायलेलं. न्ह्यारीचा वकोत झाला न्हाई तवर त्यांस्नी ऊन लागाय लागलं... उनाला ही जातच बुळी.

"कसं करायचं आता? आता तर नुसती न्ह्यारी झाली. अजून दोन तास नांगूर चालाय पाहिजे. दीसभर एवढं तुकडं झाल्याबिगार दुसरी गत न्हाई. आणि हे हाले, तर आताच जाऊन झाडाबुडी हुंब ऱ्हायल्यात."

"तू ताणून आण तासाकडं. तवर मी जाऊन दोन बारड्या पाणी घेऊन येतो."

तिथनंच मागं फिरलो. अंगावर वतायला म्हणून पिपातल्या दोन बारड्या भरून घेटल्या... चांगला एक-दीड हाकंवर नांगूर हुता. मधी नांगरट. हेंडं तुडवत, बारड्या संभाळत, नांगरट वलंडून गेलो. राम्याच्या अंगावर पाणी मारायला म्हणून बारडी उचलली तसा त्यो माससूस करत फुडं आला नि त्येनं बारडीतच तोंड घाटलं. भिम्याबी वड खायाय लागला....

"थोऽ तुमच्या आयला!"

दोन्हींच्या फुड्यात दोन्ही बारड्या ठेवल्या. बैलं आपली रवथ करत हुबी... बारड्या घटकंत मोकळ्या.

"आणि आता अंगावर रं?"

"अंगावर आता आणायच्या. मग करतोस काय?"

"ऱ्हाऊ दे आता. उगंच ऊन हुतंय."

"ते खरं. पर हे बाबं आता टाळा पसरतील की."

"मग जा तर लौकर."

पुन्ना जाऊन दोन बारड्या आणल्या नि काळ्या फरशीवर वतल्यागत त्येंच्या अंगावर वतल्या. गारेगार झालं... मग नांगराला सुरुवात.

सुरात नांगूर चालला. वावार दमानं फाटत चाललं. तासाला अधिक झालं... रेड्यांनी टाळा पसरला हुता. रेटरं खाल्ल्यागत तोंडाला फेस येत हुता. जिभा हातहातभर बाहीर आलेल्या. ऊन वर घमघमतेलं. पाठी तव्यागत तापलेल्या. आता थोडं ऱ्हायलं हुतं.

तास सुरू झालं नि बांधाकडसनं रेडं वळून आत आलं नि हलंचनात.

"आरं दाऽ की." पाठीवर चाबकाची वादी कडाल झाली. तरीबी हलंनात.

"दुमता कोयंडा करून फोड पाठी." सीताराम.

कोयंडा दुमता केला नि पाठी फोडल्या. तरीबी काय न्हाई.

"आलं वाटतं कुदांडाला. हाऽण बडीव."

बडीवताना कोयंडा चिंबला तरी सोडलं न्हाई. राम्या बार... बार पाताळ हगलं. आतडी गोळा करून त्येनं डोसक्यात आणली नि खच्चून रेटा दिला. पाठीमागनं फाळ मोडून नांगूर काऽडदिशी वर आला. भसाभसा तसाच फुडं गेला.

"आरं होऽहो! फाळ मोडला."

"हात त्येच्या आयला! काय मर्दा तू तरी."

...हुंबराची मुळी आत वावरात आली हुती. तिच्यात नांगूर अडकून कडाकल्यावर सित्याच्या डोसक्यात उजेड पडला. इन्नाकारणी रेड्यांस्नी बडवून काढलं. उनाचा रख. पाठी चिंधडून गेल्या त्येंच्या. आग-आग हुईत असणार. जिभा बाहीर काढून गप हुबं ऱ्हायल्यात... काय बोलणार ते? "माझी काय चूक न्हाई." म्हणून त्यांस्नी का सांगाय येतंय? आणि मला तरी माझी चूक झाली म्हणून काय ती निस्ताराय येती?... इती-इतीच्या तासासाठी ढोरं मरत्यात तरी मालकाला माया फुटत न्हाई.

"मर्दा, इन्नाकारणी दबीवलंस रेडं." सित्या मोडक्या नांगराकडं बघत म्हणाला.

"शाण्या, तू मुळी लागलेली सांगिटली असतीस, तर मी कशाला दबीवलं असतं?"

नांगराचा खुळांबा. हत्ती गेला नि शेपूट अडीकली. तीन दीस नांगरट चाललेली. सपत आलेली. तेवढ्यात हे असं झालं. मी खुळ्यागत मारत सुटलो नि रेड्यांनी आईचं दूध आठवून समदी ताकद लावली. मोडला नांगूर... मालक आता पुन्ना रेड्यांच्या नावानंच बोंबलणार.

बैलं नि रेडं सोडून खोपीकडं चालतं झालावं.

"चार-पाच मोटा पाणी काढलं पाहिजे.

"का?"

"पिपात पाणी न्हाई. दोन दीस झालं मोट हाय कुठं?"

"दुपारनं धरायला येईल की आता."

"समदी ढोरं पाणी प्यायची हाईत. धा-ईस बारड्या वडून काढाव्या लागतील. चल, असंच जाऊ या धावंवर."

तसंच बैलं नि रेडं धावंवर न्हेलं.

"धर की रेडं मोटंला."

"नगं रं बाबा. आदूगरच उन्हानं भुलल्यागत झाल्यात. तसल्यात मार खाऊन डोसकी बिघडल्यागत झाली असतील त्येंची."

मग बैलं मोटंला धरून चार मोटा काढल्या. पीप भरलं. पाटात भरपूर पाणी तुंबीवलं... बैलं मोटंसनं सोडून पाणी पाजीवली. मग रेड्यांस्नी पाणी पाजायला नि अंगावरबी मारायच्या हिशेबानं पाटाकडंला न्हेली. तशीच पाण्यात शिरली. हात कचला तरी आवरंनात. दोन्हीबी एकमेकाच्या अंगाला अंगं लावून बसली. पाटात तुंबीवलेलं समदं पाणी पाट उचलून खल्लास... ह्येंची अंगं राडीत बसलेल्या डुकरागत. तरी पर्वा न्हाई. जातच आडव्या डोस्क्याची.

म्हटलं, आता मार भरपूर खाल्लाय, बसू द्यात तिकडं. उलट पाटात उरलंसुरलं

पाणी हुतं ते अंगावर मारलं... गडी थंडगार. पार मार इसरून गेलं. उठून खुश्शाल रवथ करत, हत्तीवाणी डुलत खोपीकडं आलं... असं रोज-रोज त्यांस्नी केलं, तर एक दीस खूश होऊन अचानक धारासुदीक द्यायला लागतील. नुसतं अंगावर पाणी पडलं की फुरं. चारा न्हाई दिला तरी चालंल. जलमभर तस्सं मालकासाठी राबतील नि मरून जातील.

सांजचं कोंबड्या डालाय गेलो, तर एक पिल्लू कमी. कोणचं कमी झालं काय कळलंच न्हाई. मालकिणीनं पिल्ली हितं आणल्यापासनं अठरातली साऽ कमी झाली. कोंबडी जिवाला मुकली ती न्यारीच. मालकीण माझ्या नावानं सारखा संख करती. घारी वैताग देत्यात म्हणून मांडवाच्या भवतीनं पुरुषभर उच्चीवरनं आडव्या-हुब्या दोऱ्या बांधल्यात. तरी पिल्लू जातंय. कसं जातंय कळत न्हाई. ह्यो कोंबडाबी मांडव सोडून शेणाच्या उकीरड्याकडं सारखा पळतोय. त्यो तरी काय करणार? बापय असून पोरं संभाळायचं त्येच्या नशिबात आलंय. राखणदार हाय हे काय कमी झालं?

पिल्ली बारकी हुती तवा घारीच्या पाठीमागं लागायचा. घार नेम धरून बाणागत खाली उतरायची. 'आली... आली' म्हणूस्तवर पिल्लू झडपून पायांत घेऊन पळायची. ह्यो तिच्यामागनं दन्नाट पळायचा. कवा... कवा वाव-दीड वाव वर उडायचा. तवर घार आभाळात गेलेली. वर अंतराळात पिल्ल्याची पिसंसुदीक उडाय लागायची. कोंबडा तरतरीत होऊन हिकडं-तिकडं बघायचा. आरडाओरडा करायचा. पर आता घारीनं न्ह्यायजोगी पिल्ली बारकी ऱ्हायली न्हाईत.

"सीताराम, पिल्लू एक कमी दिसतंय गड्या."

"असंल कुठं तरी बघ."

"बघिटलं सगळीकडं."

"मग घारीनं न्हेलं असंल."

"आता एवढी थोरली पिल्ली घार न्हेती व्हय?"

"मग कुतरीबितरीनं मारून खाल्लं असंल."

"कुतरी कवा हुंगतसुदीक न्हाई पिल्ल्यांस्नी."

"मग काय झालं रं?"

"तेच म्हणतोय."

"ढोरांच्या पायाबियांत तरी गावलंय काय बघ."

लगालगा जाऊन आलो. तरीबी कुठं काय मागमूस न्हाई. मालकिणीला सांगिटलं हुतं गावात न्ह्या म्हणून. तर "उन्हाळा हाय. असू द्यात थोडं दीस. मोकळा माळ हाय. दीसभर चरत्यात. राती डालून तेवढी घालत जा." त्यातनं ह्या भानगडी निपजत्यात.

तीन

पाडी तिसऱ्यांदा ओपंला आली. जल्मून दोन-अडीच सालंसुदीक झाली न्हाईत, तवर तीन म्हैन्यांत तीनदा पाडा मागिटला... समदी दावण भवतीनं गुंडाळून बसलीय. खुङ्ग्याचा नुसता भवरा करून टाकलाय. भवतीनं फिरून-फिरून दावं गळ्यापतोर गुंडाळलंय. गळ्याला चांगला फास बसलाय तरी घुमती. वैरणीचं मातरं झालंय. सतरांदा गोठ्यातनं उठायचं नि दावणीत यायचं. तिथंच मुतायचं, हगायचं आणि तसं केलं की त्येच्यावरनं घाणा. शेणाच्या नुसत्या चिंधड्या... वैरण टाकली की, नुसती हुंगायची नि वर आभाळाच्या मोकळ्या पोटात बघत हुबं ऱ्हायाचं. पाणी दावलं तर पाणी प्यायचं न्हाई. मनात नुसता एक इचार... सारखी दाव्याला वड. दावं नगं-नगं वाटतेलं.

भवतीनं चार-पाच बैलं. त्यांस्नी भवतीनं बघून हिच्या शेपटीचा गोंडा सारखा वर. सारखी शेपूट फिरवून फरं चिकाटळ्यान करून टाकलेलं... कुठं न्हेऊन आणायचं हिला? कुठला न्हवरा दावायचा असल्या उन्हाळ्यात? चैत्राचं ऊन आतनं-बाहीरनं व्हरपळून काढाय लागलंय. पाणी पिऊन-पिऊन पोटाचा ढो झालेला. बाहीर पडवत न्हाई. तशात समद्या गावाच्या नांगरटी चालल्यात. चाण्णी उगवाय ज्येची त्येची मोट वाजाय लागती... ढोरांचं पाय ताटून लाकडागत हुत्यात. वल्ली वैरण न्हाई. कामानं ज्येला त्येला जीव नको वाटतोय. गाय तोंडाम्होरं हुबी केली, तरी कुठला पाडा हुंगत न्हाई. पाय उचलायला अंगात जीव तरी पाहिजे त्येंच्या.

एवढं असूनबी शेतकरी सोडायला तयार झाला तर... पाड्याचं मन असलं तरी शेतकऱ्याचं मन आदूगर गेलं पाहिजे. मग पाडाच्या मनाला किंमत... जनावर बरं, खरं माणसं नगंत. येळगरज बघणार न्हाईत. असला पाडा तरी "चेचलाय गा" म्हणून सांगणार आणि मोंडपणानं अंडात हात घालून चाचपून बघितला तरी "असल्या उन्हाळ्यात न्हाई गड्या. एकदा सोडलं की, पाडं उगंचच उन्हाळभर मन घालत बसतंय. अंग धरत न्हाई. कामाला चलत न्हाई." असली काय तरी निमतं सांगून आलं, तसं परत लावून देत्यात... कुणाचं पाय धरू?

दोन म्हैन्यांत सोन्याला दोनदा सोडला तरी फुरं झाला न्हाई... दिसभर दोन्ही मनाचं राज भोगा जावा म्हणून माळाला सोडावीत, तर माळाला वल्लाट न्हाई. समदा फोंडा माळ... उन्हाळा.

मालकाला म्हटलं, "पुन्ना सोन्याला दावू या."

"त्येची काठी लागू पडत न्हाई असं दिसतंय."

"पुन्ना एक डाव सोडून बघावं."

"दोनदा झालं की! पुन्ना सोडला तर पुन्ना म्हैन्याभरात पाडी ओपंला येईल... उगंच सोन्याबी ढुंगणात वाळायचा नि पाडीबी गाभ धरायची न्हाई. कुठला तरी चांगला पाडा दावाय पाहिजे."

"मग चाण्ण्याला सोडावा."

"चाण्ण्या तिचा भाऊ पडतोय."

"आता कुठला भाऊ नि कुठली भण? भण-भाऊ तुमच्याआमच्यात. ढोरांस्नी काय त्येचं?"

"ते खरं हाय. पर तसं करू ने म्हणत्यात."

"कशापायी? पाडी हत्तिणीगत ओपंला आलीया नि."

"व्हय की. पर तसं केल्यावर फुडची वासरं चांगली निपजत न्हाईत म्हणं."

"अहो, ती एका आईची नि एका बाऽची असली म्हंजे. माणसाचं एक तसं असतंय. ढोरांचं कुठं तसं असतंय? पाडीच्या वक्ताला गाईला येळगुड्याचा पाडा दावला हुता, नि पाड्याच्या वक्ताला ताशीलदाराचा काळा खोंड दावला हुता. आई एक असली तरी बा येगळंच हाईत की त्येंचं."

"असलं तरी नगं."

...नगं तर ऱ्हावा.

मालकाचं ध्यान नुसतं पाडीला चांगला पाडा कसा हुईल हिकडंच. तिचं फरं पेटून जळाय लागल्यात त्येचं काय न्हाई. आमच्या तोंडाला एक लिपाण घालता येईल, पर तिनं आन-पाणी सोडून तोंड नुसतं आऽ केलंय. त्येचं काय करायचं?

...समद्या दावणीचं दावं तंग. सोन्याला पाडीची दोनदा चटक लागली. त्येचा

पाय थाऱ्यावर न्हाई. येसण-म्होरकी गळागत हाडामासात रुतलीया. तरी दाव्याला वड. तिच्यासंगं त्येचंबी वैरण-पाण्याकडं ध्यान न्हाई... चाण्ण्याचा जीव तर खालीवर हुतेला. मन घालऽत सारखं पाडीकडं बघतंय... त्येला काय करायचं हाय आपली भण का आई ते. पाडी ओपंला आलीया नि आपूण पाडा हाय एवढं त्येला ठावं. दोन्ही खुट्ट्यांची दावी कुचंबाय लागल्यात. अधनं-मधनं लईच दंगा.

नाग्या-वाघ्या बैलं चेचून तर पाच-सात सालं झाली. कामानं त्येंचा ह्या उन्हाळ्यात रेंदा पडतोय. तरीबी त्येंचा एक डोळा पाडीवर. अधनं-मधनं उगंच उठून हुबी ऱ्हात्यात. पेकाट वाकवून चारी पाय एका जागी आणत्यात नि काठी काढू बघत्यात... मग त्यांस्नी खरं काय ते कळतंय. जीव आकसल्यागत हुतोय. मग कुठं वैरणीकडं नजर जाती नि मन लावून हळूहळू वैरण खायला लागत्यात. इस्वाटा घेऊन नांगूर वडायला जात्यात. पलीकडचं राम्या-भीम्या रेडंसुदीक आँऽ करून वरडत्यात. पर त्येंच्याबी हातांतनंसं मदं गेलंय. आता नुसतं जलमभर वरडत ऱ्हायाचं काम खरडत ऱ्हायाचं.

चांदणं टिप्पूर. रात मधासाला आलेली. माळावरच्या पिपळावरची घुबडं वरडत कुणाची वाट बघतेली. निजायच्या वक्ताला टाकलेली वैरण खाऊन ढोरं निवांत. रवथ करत डोळं झाकून घेतेली. सोन्या-चाण्ण्यासुदीक दावी तुटत न्हाईत म्हणून कट्टाळून वैरण खाऊन बसलेलं.

तरी पाडी गप्प न्हाई. सारखी खुट्ट्याला टकरा मारून मुसमुसतेली... म्हालिंग्या बैलाला तर म्हातारपणी नीज नसतीच. उगंच दोन्हींची भांडणं नगंत म्हणून सोन्या-चाण्ण्यांच्या नि पाडीच्या मधी त्येला बांधलेला. आपला बसलेला जागा उठवत न्हाई असा. दात पडून गेलेलं. चार-दोन ऱ्हायलेलं... उगंच धाटं चघळत बसतोय. पैलंच्या आठवणी काढत रवथ करतोय नि तरुणपणातलं कायबाय ध्येनात आल्यागत हुसऽऽ करून सॉस सोडतोय.

चांद डोसक्यावरनं कलला हुता तरी म्हालिंग आपला पाय मोकळं करायसाठी हुबा ऱ्हायलेला. म्हातारपणी त्येला नीज नसतीच....

...आपलंबी म्हातारपणी असंच हुयाचं. कोण बघणार आपल्याला उतारवयात? तेवढं तरी कशाला? आतापासनंच ही दशा सुरू झालीया आपली. दीसभराच्या कामानं अंग आंबून जातंय, पर सांगणार कुणाला? बायकू असती, तर तिनं तेल तरी माखलं असतं नि अंग रगडलं असतं. रातभर इस्वाटा मिळाला असता, मन थंड झालं असतं... ढोरासारखं ढोर. त्येला ते नुसतं पोटाला घालून भागत न्हाई... पाडीला पाडा केलाय कशाला? त्यो का नुसती माणसाची औतंच वडाय जल्माला आलेला असतोय?

मालकाला हे कवा कळायचं? त्येला ढोराची न्हाई ते न्हाई, माझ्यासारख्या

माणसाची तरी कळकळ आली पाहिजे हुती. ईस सालं झाली. सारा जलम हितं चाललाय आणि कोण असता, तर दोनाचं चार हात करून दिलं असतं. ना आई, ना बा. ना बायकू, ना पोर. मला कायबी मन नसंल?... पाडीच्या फऱ्यांचा दोन दीस जाळ व्हायला लागलाय. ढोरासारखं ढोर, पर तिचं ते मन थंड करून आणावं लागतं. माझं जलमभर काय हुईत असंल?

...चार सालांत लगीन करून देतो म्हणाला हुता. आता ईस सालं झाली... आलो तवा सायित्री वर्साची हुती. अंगाखांद्यावरनं खेळीवली. उघडीनागडी बघितली. मुकं घेटलं, गचवाटं घेटलं. वर उडीवली, उरांसंगं धरली. ती आता लगीन झाल्यावर एका सालात बाळतपणाला आली... एवढं दांडगं पोट. बाईगत दिसाय लागली. आता तिलाबी पोर हुयाचं.

तिला मातूर पाडा बघायला मालक दोन सालं हिंडला. पदरचं पैसं देऊन लगीन करून दिलं... मी हितंच बिनबायकूचा. तोडलेल्या झाडाच्या हुब्या बुडक्यागत भुंडा.

"...फुडच्या सालात नारबा, तुझ्या लगनाचं बघून टाकू."

मी गपच.

"कसं?"

"आता मी काय सांगणार?"

"मनासारखी पोरगीच गावत न्हाई रं."

"मला काय भाकरीपुरती बायकू झाली म्हंजे झालं."

"तसं कसं? पोरगी फैना बघून आणायची तुला."

"रोजगारी माणसाला काय करायची देखणी बायकू?" मी सजावारी म्हटलं तर कोल्ह्यागत हासला.

"एवढा घाईला येऊ नकोस, नारूदेवा. म्हाळाच्या म्हैन्यातल्या कुतऱ्यागत."

मन अचानक येडबडलं. जिवाला लाज वाटली. तरी थंड बोललो.

"न्हाई बा. घाईला कशाला येऊ? मी का जनावार हाय? का मला कळत न्हाई?"

...असं किती डाव बोलणं झालं. पैल्यापैल्यांदा वाटलं खरंच असंल. पर सगळं हासण्यावारी न्हेलं. मालकीणबाईला किती डाव आतनं सांगितलं. गावात रोजगारी पोरी भरून उरल्या हुत्या... पैसा सुटाय नगं?... कदमाच्या गंगीनं दोन पोरांवर पाट लावून घेटला. चार-पाच सालांत दोन पोर झालेली. एक न्हवरा मेलेला. तरी तिला नवा न्हवरा पाहिजे हुता. शेवटाला कसातरी असू दे. म्हणून काळा ढूस करून घेटला. नुसता खुरप्या. हाडांचा सापळा. तरी त्येनं वर्सात बायकूचं पोट फुगीवलं. मी तसा तरी हाडूकछाप न्हाई. अंगात ढोरागत रग हाय. मला काय वाटत असंल? का आम्हीबी अंड बडीवलेला खोंडच!....

धडाऽडा धडका मारून पाडीनं एक खुट्टा उपडला नि एक दावं ताडदिशी

तोडलं. म्हालिंग्या चुळबुळून बघू लागला नि ही सरळ माणसागत म्हालिंग्याच्या खुब्यावर फुडचं पाय टेकून थेट हुबी ऱ्हायली. म्हालिंग्याला येडबडल्यागत झालं. त्येला कायबी कराय येईना.

निजंची गुंगी झटकून चटाक करून उठलो नि पाडीला धरलं. मांडवामागच्या बाभळीला काढणीनं बांधून घाटली... आता तिच्या बाऽलाबी काढणी तुटणार न्हवती. मान मोडूस्तवर आवळली हुती... चटक्यासरशी गावली म्हणून बरं झालं; न्हाईतर कुठंबी भडकून गेली असती.

...रातभर नीज न्हाई ते एक बरंच झालं. माळ मुबलक हाय म्हणून मालकिणीनं कोंबडी नि तिची पिल्लं हितं आणून ठेवली हुती. तरी त्यातली कोंबडी सातव्याच दिशी रानमांजरानं कुठं बेपत्ता केली. आता नुसता म्हसूबाला सोडलेला कोंबडा नि कोंबडीची पिल्ली... त्येंच्या अंगांवरच्या उवा नि लिकांनी सारी खोप भरून गेलीय. रातभर चटाऽटाऽ चावत्यात. पिसवांचं तर नुसतं पेव फुटलंय. तशात पाकाड्यातनं उंदरं खेळतेली. डास-चिलटं शेणाच्या उकिरड्यावरची येत्यातच. त्यात उन्हाळा. पाडीची रूखरूख... काय करू मी तरी? माझ्या का हातात हाय ते? पाडा असतो, तर एक गोष्ट न्यारी. इचारानं माझं मलाच हसू आलं.

सकाळची औतं सोडायचा वकूत झाला, तरी मालक आला न्हाई. त्येला कुठली पाडीसाठी सवड आलीय? आम्ही आपलं दोन रेडं फुडं नि दोन बैलं मागं असं करून बसलो, आऊत मारत. पाडी झाडासंगं तशीच झोंब्या घेतेली. झाड हलवून टाकतेली. समोर दोन पाडं तळमळतेलं... जे ते जिथल्या तिथं. समद्यांच्याच नशिबात दावी. करणार काय?

दिसानं पाय सोडलं तरी मालकाचा पत्त्या न्हाई. बैलांच्या वैरण-कांजीचं बघत मी खोपीत ऱ्हायलेला... पाडी तर आभाळातनं येणाऱ्या देवाची वाट बघत बसल्यागत ताठ. फुडच्या जल्माची वाट अवघड झाल्यागत तिचं डोळं... एखाद्या वक्ताला भडकून डोसकंबी बिघडायचं. म्हणून टक्कूरं सारखं झाडावर आपटून घेत असंल. जवळबी येऊ देईना झालीय. वैरण-पाण्याचा वास घ्यायला तयार न्हाई.

...सोडावं झालं चाण्ण्याला. मालक काय बघाय येणार हाय? आता न्हाई कळायचं. पर पाटदिशी गाभ ऱ्हायली नि वासरू चाण्ण्यागत झालं तर? तर मालक...? नगं तिच्या आयला.

...चाण्ण्या उपाशीच मराय लागलंय. त्येला एकदा सोडाय पाहिजे. त्येचं मन लई व्हावाय लागलंय. पाडीकडं सारखं भिकाऱ्यागत बघत बसलंय... दोघांच्याबी गळ्यात दावी. निदान सोन्याला सोडून तिची ओप तरी जिरवावी. जवळ-जवळ दीड दीस झाला. उद्या सकाळपतोर समदी ओप आपोआप जिरणार. अशीबी जिरणार नि तशीबी जिरणार. मग तशीच जिरीवली तर काय बिघडलं? निदान एखाद्या वक्ताला

गाभबी जायाची. करून टाकावं. उगंच पाप नगं.

नांगरावर जाऊन सित्याला इचारलं. त्येनं हं म्हटलं. पाडीला चुचकारत बाभळीसंगट गच्च बांधून घाटली. पैलारू हाय म्हणून फुडचं पायबी बांधून घाटलं. सोन्याच्या येसणीला चांगला बळकट कासरा लावला. म्होरकीची नि गळ्याची दावी मोकळी केली. दन्नाट बाभळीबुडी पळाला... पाडीचं एक न्हाई का दोन न्हाई. खुश्शाल येत्या-गाभत्या गाईगत डोळं मिटून थंडगार वाटून घेत हुबी ऱ्हायली... समदं सोन्याच्या मनाजोगं झालं. तिसऱ्या काठीला गाईच्या वसिंडावर मान टाकून गप पडला.

गळ्याच्या दाव्याला खुट्टा लोडण्यागत गळ्यात नि म्होरकीचं दावं म्होरकीसकट तोडून चाण्ण्या रानडुक्कूर आल्यागत मुसुंडून पळत आला. पाठीमागं समदी दावण बाभळीकडं बघत हुबी ऱ्हायलेली.

सोन्याच्या बरगडीत पैली धडक. सोन्या पाडीच्या अंगावरनं खाली घरंगळला नि कोलमडला. चाण्ण्या पाडीच्या पाठीवर खुट्याच्या लोडण्यासकट भरपेठ चढला. सोन्या उठल्यावर त्येची धडक चाण्ण्याच्या फऱ्यावर. ते खुब्यांवर खाली आदळलं. मधी पाडीचं हाल. चाण्ण्या तापट डोसक्याचं. आदीच मारकं. सदा नि कदा खुट्टं उपडून घ्यायची खोड. शिंग टोकारी. उलट सोन्या जरा मंद. शेपटीत हात घाटल्याबिगार पळायचा न्हाई असा... पर शिंगाला शिंग भिडली तवा सोन्या मागं सराय तयार न्हाई. लोडणा गळ्यात घेऊन चाण्ण्या शिंगांत शिंगं खडखडत सोन्याला मागं दाबाय लागला. दोघांचीबी नाकाडं आणि तोंडं बुडच्या तांबड्या मातीत बरबटून गेली. फुस्कारतानं मातीचा धुळ्ळा वर उसळाय लागला. पाठीमागं सरता सरता सोन्यानं आपली मुटकी शिंगं काढून घेटली नि बगल देऊन मोकळ्या अंगानं कारीकडं पळाय लागला. खुट्यासकट चाण्ण्यानं सोन्याच्या जांघंत डोसकं घालून सरळ मधनं शिंगाची रेघ काढली. टीचभर खोंबारा लालभडक झाला.

चाण्ण्याचं डोळं लाल-लाल हुईत चाललं. पाडी धडपडतेली. तिचं डोसकं बाभळीसंगट गच्च... चाण्ण्या दमछाक करत तिच्या अंगावर पुन्ना येऊन पडला.

कारीपतोर जाऊन सोन्या मागं फिरून बघतोय तर असं. तसाच दुडका पळत मुसमुसत आला. चाण्ण्याची काठी पाडीला लागली नि त्येच्या हाता-पायांतले बळ गेल्यागत झालं. ते तसंच पाडीच्या पाठीवर पडून ऱ्हायलं. सोन्याची धडक पाडीसकट त्येच्या अंगावर. पाडी नि चाण्ण्या दोन्हीबी कोलमडली.

मी "अऱ्या हाल्याऽ" करून हातातल्या काठीचं दोन तडाखं दोघांच्या अंगावर दिलं. तरीबी मागं सरायला कुणी तयार न्हाई. पाडी कशीबशी हुबी ऱ्हायली नि सोन्या-चाण्ण्याची एकमेकाला घोळसत तांबड्या रानात टक्कर चालली.

"पळा रेऽऽ सोन्या मेलंऽ!" मी नांगरावरच्या गंग्याला नि सित्याला हाक मारली.

चार

उन्हाळ्याचं चढत चाललेलं दीस. हिरीचा गाळ काढायचं चाललं हुतं... गेलं साली पाऊस कमी लागलेला. हिरीला पाणी मुदलातच कमी. तशात गाळानं भरलेली... फुडच्या साली ट्याक्टर आणायचा. त्येला भरपूर पाण्याचा साठपा पाहिजे. गुळाचा भाव दरसाली वाढत चाललेला; म्हणून मालकानं हिरीचा गाळ काढायचं मनावर घेटलेलं. माणसं रायधार कामं करतेली....

मी ढोरांच्या उसाबरीत गुतलेला. गेल्या पावसुळ्यात पाणी काढताना एक बारडी बुडाली हुती. गावली का बघावी म्हणून उनाचं हिरीकडं गेलो.

हिरीजवळच बेलाचं झाड. झाडाबुडी जुना गाळ टाकून बारकी डगरी तयार झालेली. तिच्यावर लिळिंबी, घाणीरडं नि कशाबशाची झुडपं उगीवलेली. गाळ काढणाऱ्यांनी तिथं आपल्या भाकरी ठेवल्या हुत्या. बेलाच्या झाडावरनं कावळा डगरीवर उतरला म्हणून मी वर गेलो... उच्चीवरनं माणसांची माळ दिसत हुती. मुंग्यांगंत रांग. फुलं दिल्यागत पाट्या वरवर येतेल्या. माणसं बडबडतेली. मालक काठावर बसून आत डोकावतेला. हिरीची खोली बघतेला.

उनाचा चटका वरनं मारतेला. लिळिंबीच्या झुडपाखाली काय हललं म्हणून माझी नजर तिकडं गेली... पांढऱ्या कापडाच्या पिसवीचं तोंड बांधून ठेवलं हुतं. ती हळूच फुडं सरकल्यागत झाली नि पुन्ना गपगार एका जागी बसली... मी चरकलो... ह्या हिरीबद्दल समद्या गावात बोललं जातंय. तीन-चार सालांतनं एक तरी जीवदान

घेती... माळ्याचा केऱ्या घाण्याच्या वक्तालाच बुडून मेला. चांगला पवणारा... त्येची बोंब. साती आसरांनी आत वडून न्हेला... आंब्याचा शंकऱ्या असाच आंघूळ करताना बुडून मेला... चांभाराच्या रंगीनं जीव दिलेला. एक बकरं पडून मेलेलं... हीर मुलखाची खोल. आत बघिटलं तर पाताळातला अंधार.

...ही पिसवी साती आसरा तर न्हेत नसतील? कुणाला दखल?

मी मागं सरलो... का उनाचं माझ्या डोळ्यांस्नीच झापड आली म्हणून समोरचं समदं हलल्यागत दिसलं?

पिसवी पुन्ना हळूहळू हातभर सरकताना सरळ दिसली... हिकडं-तिकडं बघिटल्यावर धीर आला... असल्या उनाचं कशाला साती आसरा येत्यात हितं? माणसांची दाटी. पिसवी पुन्ना हातभर फुंड सरली. आत काय तरी असल्यागत वाटलं. धीर केला नि हातात जवळच पडलेलं नांगाट घेटलं.

जवळ जाऊन नांगटानं पिसवी चाचपली. घट्ट-घट्ट लागाय लागलं. एका बाजूला मऊ... संशेव आला नि हातानं चाचपली. आत हिरीतलं कासाव कुणीतरी तोंड बांधून ठेवलं हुतं.

पाणी प्यायला सुटी झाली नि माणसं टेकडीवर येऊन बिड्या-चिलमी पेटवत बसली. मालकबी येऊन बसला.

''पिसवी कुणाची ही?'' मी इचारलं.

''का? माझी हाय गा.'' काळा राम्या म्हणाला.

''काय हाय हिच्यात?''

''भाकरी बांधून ठेवलीया.''

''सोडून दाव बघू.''

''हं! आता सोडून काय बघतोस तिच्यात? कवा भाकरी बघिटली न्हाईस?''

''दाव तरी बघू.''

''आरं, नुसती चटणी नि भाकरी हाय. खाणार काय ती? डवाळं लागलं असतील तर देतो बघ.'' सगळी खदाखदा हासाय लागली.

''गमजा नगं. हिच्यात कासाव हाय; ते माझं मला दे आदूगर.''

''हं! कुठलं आणलं हुतंस गा तू ते?'' राम्या वायद्यावर आला.

''लिंगनुरास्नं मी ते इकत आणलंय. पाच-सा सालं झाल्यात. मुद्दाम हिरीत आणून सोडलंय.'' मी पिसवीचं तोंड सोडायला हात घाटला.

''एऽ, ऱ्हाऊ दे ती पिसवी. मला गावलंय कासाव.''

''तुला कशाला रं, ते कासाव रामा?'' मालक थंडपणानं मधी पडला.

''ढाल करायची हाय त्येला वरातीफुडं खेळाय.'' पाठीमागनं कोण तरी बडबडलं नि माणसं खदखदली.

झोंबाझोंबी करून त्येनं पिसवी हिसकावून घेटली हुती. मालक मधी आला नि समजूत घालून कासाव माझ्या सोधीन केलं. मी सरळ गाळाच्या एका फाटक्या बुट्टीत घाटलं नि वर एक तशीच फाटकी बुट्टी डब घालून ते खोपीकडं न्हेलं. बैलांस्नी पाणी भरायच्या पिपात सोडून दिलं.

...मासं गाळाच्या दणक्यात मरून गेलं. काय थोडं राड पाण्यात बुट्टया ठेवून गाळाला येणाऱ्या माणसांच्या पोरांनी धरून कोरड्याशाला न्हेलं... मासं एखाद्या वक्ती मिळतील. पर कासाव कसं मिळणार? हिरीचा जीव जपल्यागत जपलं हुतं. पाणी निर्मळ ऱ्हातं. शिवाय देवळात असतंय तसं हिरीतबी असावं असं वाटायचं. ...हिरीत एकटंच पाय पसरून हिंडायचं. दुपारी आंघूळीला हिरीत गेलं की, बरोबरीनं हिंडल्यागत वाटायचं. निर्धास्तपणानं हिरीत ऱ्हायलं हुतं. एकटंच. ना बायकू ना पोरं... बायकू कोण आणून देणार? हिरीत अडकून पडलेलं. न बोलता, न सांगता. तरीबी त्येच्या जिवावर समदी उठल्यात... मारा त्येच्या आयला. तुम्हांस्नी ढाल पाहिजे असती. कासवाच्या जिवाची कुणाला पर्वा हाय?... एकटं ऱ्हाऊन बघा कुठं तरी वनवासात म्हंजे कळंल.

कोंबडा उसाकडंला चरत आला हुता. त्येला कशाचंच भ्या न्हाई. खुशाल चरतेला. घाणवडीवर मालकाची दोन्ही बारकी पोरं पिल्ल्यांच्या पाठीमागं लागली हुती. "गप बसा रे?" म्हटलं की कोंबड्याची पिल्ली सोडून कुत्र्याच्या पिल्ल्यांमागं लागत्यात नि त्येला दोरी बांधून पळीवत्यात. ते आपलं भुईसरपटत कुंईऽ कुंईऽ करत पळतंय. त्यापक्षा लागल्यात कोंबड्याच्या पिल्ल्यांमागं, लागू द्यात. पिल्ली काय गावत न्हाईत; काय न्हाईत. जात्यात पळून दाणं खाऊन. मनात असा इचार केला नि गप्प बसलो. डुलकी काढावी म्हणून खोपीत घोंगडं टाकलं... पिल्ल्यांमागं पोरं हाऽ हूऽ करतच हुती.

असा डोळ्याला डोळा लागतो न लागतो तवर बारकं पोरगं "आई, आई" करून आरडाय लागलं, किच्चाळलं. "अरं काय झालं?" करत उठून बाहीर आलो, तर बारक्या पोराला कोंबड्यानं आखंजवळ टोचलेलं. मानंवरनं खाली उतरून गळ्याजवळ कुडत्यावर रगात सांडतेलं. कोंबड्याला हुसकलायला मधलं पोरगं मांडवाच्या डांबाला अडकलेला चाबूक घेऊन पाठी लागलं, तर कोंबडा त्येच्याच पाठी लागला. बारक्यानं चिडून त्येच्यावर खडा फेकला, तर खड्यासंगंच त्येला धरायला पळाला.

मी इक्कासच्या हातातला चाबूक घेटला नि एक वादाडा कोंबड्याला दिला... मलाच तेवढा भीत हुता. वादाडा खाऊन पळाला. आणखी एखाद्या कोंबडीला जर

वादाडा दिला असता, तर ती जागच्या जाग्यालाच मेली असती. पर ह्यो लांब पळत जाऊन पाठीमागं बघत हुबा ऱ्हायला. "थू तुमच्या मायला व्हल्यो!" म्हणून त्येनं खच्चून भांग दिली... सगळ्या जगाला बिनजुमानता चरू लागला.

पोराचं रगात पुसून आखंला पटक्याची चिंधी बांधली. ते तसंच रडत मालक हिरीवर हुता तिकडं गेलं. त्येच्याबरोबर दुसरं पोरगं.

तावातावानं मालक खोपीकडं आला. कोंबडा खोपीच्या पाठीमागच्या बाजूला गेलेला. मालकाच्या दोन्ही हातांत दोन दगडं. तिथनंच मालकानं एक दगूड भिरकला. फुकट गेला. दुसरा नेम धरून भिरकाटला नि कॉकदिशी कोंबड्याच्या पखुट्यावर बसला. कोंबडा गार...गार...गार... फिरला. थांबला नि मालकाकडं धावत आला. तवर मालकानं इक्कासच्या हातातला चाबूक घेऊन कोंबड्याला दणका दिला. मग मातूर कोंबडा दन्नाट पळाला. मालकाला जास्तच भरून आलं. त्यो त्येच्या मागनं नांगरटीतनं पळाय लागला. मग मातूर कोंबडा गावला न्हाई. उलट पळता-पळता धोतरात पाय अडकून मालक नांगरटीत सपाट झाला... मला आतल्या आत गंमत वाटली. कोंबड्यानं लांब जाऊन पाठीमागं वळून खच्चून भांग दिली.

"नाऱ्या, ह्या कोंबड्याला आवंदा कापायचा... लईच माजलाय. पोरांच्या अंगावर बेधडक तुटून पडतोय ह्येच्या आयला!"

मालकाच्या नावानंच दोन वर्सं झाली ह्येला म्हसूबाला सोडलाय... ह्येला सोडला म्हणून तर मालक त्या वक्ताला जगला.

...घाणा चालला हुता. ऊन तावतेलं. मालक समदीकडं एकटाच कामं करून घेतेला. वैतागून गेला हुता. अचानक घेरी येऊन उनात कायलीजवळ पडला. बऱ्याच बरं, न्हाई तर कायलीत पडला असता तर व्हरपळून गेला असता. तोंडाला फेस साबण खाल्ल्यागत आला नि हात-पाय ताठून गेलं. मालकिणीच्या जिवाचं पाणी झालं. घाणा हुता म्हणून ती मळ्यातच ऱ्हायला आली हुती.

"देवाचं असंल. उशालाच म्हसूबा हाय. माळाच्या तळ्यावर येताळबा हाय. हिरीत गेल्या धाबारा सालांत तीन माणसं बुडून मेल्यात, तिथं साती आसरा असतील... एखादं कोंबडं तरी ववाळून देवाला सोडा." माणसं म्हणाली.

मालकिणीला हे खरं वाटलं. लगालगा गावात जाऊन एक कोंबड्याचं पिल्लू घेऊन आली. मालकावरनं ववाळलं नि म्हसूबाजवळ न्हेऊन सोडलं.

तिथनं मला धरून आणायला सांगिटलं. मालकाची दोन पोरं घेऊन मी धरून आणायला गेलो... चिवचिव करत हिकडं-तिकडं पळत हुतं. येडबडून गेलेलं. आई-येगळं. शिवाय त्येच्या बरोबरची समदी पिल्ली न्हवती. आटंगं रान. उनाचा रख. त्येला भुलल्यागत झालं. जिवाला जपत हिकडं-तिकडं घटकाभर पळालं.

दमून-भेंडाळून गेलं नि काय करत्यात ते करू द्यात, म्हणून एका जाग्याला खाली मान घालून बसलं. हातातली बुट्टी त्येच्यावर पालथी घाटली नि हळूच धरलं....

दोन सालं झाली ह्या गोष्टीला. त्येचाच ह्यो दांडगा झालेला कोंबडा. फुकट एवढा पोसला न्हाई. पैलं सा म्हैनं हे पिल्लू तान्या बाळागत जतन करावं लागलं. बाहीर सोडलंच न्हाई.

...घाणा सपल्यावर हऱ्याबुडी डालून घालू लागलो. त्येच्याबुडी त्येला जुंधळ्याचं दाणं, शिळ्या भाकरीचा चुरा करून घालू लागलो. खाऊ-पिऊ लागलं. दुपारचा इस्वाटा घ्यायच्या वक्ताला त्येच्या पायाला बारीक लांब दोरी बांधून खोपीच्या दारात घटकाभर सोडू लागलो... हळूहळू त्येला खोपीचीच सवं लागली. मोकळं सोडल्यावर बैलांच्या तांबवा खाईत, खोपीतलं दानवं, गोमा खाईत खोपीतनंच हिंडू लागलं. कवा... कवा माळाच्या गोरल्यांचं वारूळ उकरून गोरल्यानं भरलेली माती त्येला आणून घाटली. ती खाऊन दांडगं झालं... रात-ध्याड असा जिवाचा दिवा करून जपलं नि दांडगं केलं.

पावसुळ्यात लाल-लाल शिरगुरी फुटू लागली. नाकाला जायशिळीची बळी आल्यागत दिसत हुतं. दोन्ही बचकंत मावंना असं झालं. पाठीमागची शेपटीची पख्खं दांडगी होऊ लागली... हळूच एक दिशी पाटचं भांग दिली. मन पिकागत डवरलं.

सकाळी ऐटीनं हिंडाय लागल्यागत दिसला. लगनाला आलेल्या पोरागत... पर ह्योचं लगीन कोण करणार? माझा जीव उगंचच त्येच्यावर जडून गेला.

साल तसंच गेलं. कोंबडा माजाय लागला... एक दीस दुपारचं चुकारीचं गावठी मांजार मळ्यात आलं हुतं. ह्यो गडी 'कॉकऽ कॉकऽ' करत, आरडत मांजराच्या पाठीमागं लागला. त्येला चटक लागल्यागत झाली. मग कुतरीच्याबी अंगावर धावून जाऊ लागला. चंपी त्येला भिऊन लांब जाऊन बसू लागली... माणसं जेवायला खोपीत आली की, तिला आत यायचं असायचं. दारातोंडाला कोंबडा असला, तर ती आत यायला कुचंबू लागली. गुरगुर करून धाडस करू लागली. पर कोंबडा तिच्यापाठी लागायचा नि ती दारापासनं लांब जाऊन हुबी ऱ्हायाची.

माणसं जेवताना कुतरीला एखादा तुकडा खोपीतनं कुतरी जिथं हाय तिथं भिरकटायची. कुतरी त्या तुकड्यापतोर जाईस्तवर कोंबडा तिथं जाऊन पोचायचा. कुतरी कुंईऽकुंईऽ करत मागं सरकायची. ह्यो भाद्दर त्यो तुकडा टोच्या मारत खाऊ लागायचा. तवर कुतरीला फावायचं. ती हळूच दारातनं आत येऊ बघायची. यायची नि माणसांच्या आधारानं हुबी ऱ्हाऊन, कोंबड्यावर एक डोळा ठेवून भाकरीच्या घासाकडं बघत बसायची.

हळूहळू फुडं लईच चिडू लागला. ढोरं उनाचं बसली की, ह्यो त्येंच्या पोटांवरच्या गोचड्या नि तांबवा खायचा. ढोरांस्नी खच्चून टोची बसल्या की, ढोरं शेपटी हलवायची. शेपटीचा एखादा सपकारा त्येला बसला की, मग कचाऽचा शेपटींस्नी टोचायचा. ढोरं वैतागून हुबी ऱ्हायची. मान हलवून हुसकलायची. तर ह्यो बाजूला सरल्यागत करून हळूच ढोरांवर धावून जायचा.

"मालक, एखादी कोंबडी आणा की!" मी म्हणालो.

"कशाला रं?"

"कोंबड्याला... अंडीबी घालाय लागंल."

मालक हासला.

"कोंबडा माजाय लागलाय म्हणून म्हणायचं."

मालकानं हूंऽ म्हटलं. पर मनावर काय घेटलं न्हाई. कोंबडी आणली न्हाई. म्हैना-दोन म्हैनं वाट बघिटली नि मालकिणीला सांगिटलं. तिला पटलं. नि दोन-तीन म्हैनं झालं तिनं रवणीसकट कोंबडी आणून सोडली. तर ती सातव्या दिशीच कुठं मटमाया झाली. कशानं खाल्ली कुणाला दखल?

मालकिणीच्या कानात कुणीतरी वारं घाटलं. तीच एक दीस म्हणाली, "रानात कोंबडी जगायची न्हाई, नारबा."

"का?"

"कोंबडा देवाचा हाय. कोंबडीला त्यो मानवायचा न्हाई."

"मग कोंबडाच गावात आणून सोडावा."

"नगं रं बाबा. सगळ्या गल्लीतल्या कोंबड्या मरून जातील. हाय मळ्यातच तिथं ऱ्हाऊ दे."

"तसं काय न्हाई मालकीणबाई. पिल्ली जगत्यातच की रानात."

"कोंबडा धरत न्हाई तवर जगतील. पिल्ली दांडगी झाली की, ती गावात आणून सोडावीत... देव वंगाळ हाय आपल्या शिवंचा. मालकाचं कसं झालं हुतं बघिटलास न्हवं गुदस्ता?"

"व्हय की!"

मला कायच बोलता आलं न्हाई... कोंबड्याच्या नशिबात कोंबडी न्हवती एवढं खरं. माजलेला कोंबडा. चिडून जाऊन पोरांवरच काय हत्तीवरसुदीक धावून जाईल. माणसागत त्यो काय गप्प बसणार हाय?

पाच

पांदीतनं कोण तरी वर आलं, म्हणून कुतरी दारातोंडासनं उठून भुकत गेली. मला वाटलं, सित्याच आलं, म्हणून मीबी उठून बाहीर गेलो. दुसरंच कोण तरी माळानं खालतीकडं खंदील घेऊन चाललं हुतं. सित्याचा अजून पत्त्या न्हवता.

...कवा येतोय कुणाला दखल? भाकरी आणाय सांगिटली म्हंजे अशीच रड. बसला असंल बायकूच्या फुड्यात जाऊन. आम्ही हितं उपाशीच. वाट बघत.

...समद्यांची वाट बघायची. एकट्यानंच करायचं. ढोरासंगं ढोर होऊन कामं करावी लागत्यात. किती टिकणार एकटा? एक दिसाची सुटी न्हाई का इस्वाटा न्हाई. दावणीच्या ढोरागत मळा धरून पडायचं. मालक घरात पोरं काढत. सित्या बायकूच्या फुड्यात. आमच्या हातात वाकळंची चिंध्या-बोतरं. पोटात मिळंल तवा टाकायचं.

...सित्यानं बरं केलं. सालाच्या बोलीनं पैसं काढलं नि लगीन करून घेटलं. आदूगर बायकू केली, तवा कामाला येऊ लागला.

...मला तसं कुठलं कराय येईल? ह्या गावात मला ना घर ना दार. मळ्यातच ऱ्हावं लागणार. पोराबाळांचा माझा संसार मालकाला कुठला आलाय परवडायला? लगीन झाल्यावर माझी बायकू-पोरं माझ्याजवळच ऱ्हाणार. मी एकटा राबणार नि पाचसा माणसं खाणार. रानात माळवं उरणार न्हाई, जळाण उरणार न्हाई, का शेणी उरणार न्हाईत. पिकातलं पीक हळूहळू कमी हुणार. मालकाला हे परवडणार कसं?... शेरडा-म्हसरांची पिल्लावळ इकाय येती. माझी पोरंबाळं का मालकाला

इकाय येणार हाईत? आता मी एकटाच खातोय नि एकटाच राबतोय तेच त्येला बरं हाय... असा इचार केल्याबिगार मालकाला ट्याक्टर तरी कुठला घ्यायला येईल?... मी कामाचा बैल. मला असाच ठेवला पाहिजे; तर कसाची कामं हुतील. बैलाच्या जल्माचं वाटूळं झालं तरी चालंल.

...आयला! धड बैलबी हुयाला येत न्हाई... माणसाच्या बैलाला नेमून दिलेलीच गाय. म्हंजे आम्हाला दोन्हीकडनं चिमटा. माणूस असूनही जनावरात जगणं आणि जनावरागत जगणं असूनबी जनावार न्हाई... समदं चुकलंच आपलं. सित्यागत आदूगर लगनाच्या बोलीनं पैसे काढून लगीन कराय पाहिजे हुतं. बरं झालं असतं. ना आई, ना बा. ना आगा, ना पिछा. मालक पोटातलं पाणी हलू द्यायचा न्हाई. मालकीण पोटभरून खायला घालायची. वाटलं, हेच आता आई-बा. कवा लगीन करतील तवा करून घ्यायचं. माया फुटंलच की ह्यांस्नी. इतकं राबतोय त्येंच्यासाठी – असं वाटलं; पर समदं कुजून खत झालं.

...निम्मा जलम गेला ह्या मळ्यात. शिवलिंग तर मरून खत होऊन गेला. म्हालिंगाचं दात पडून तोंडाचं सोपाट झालं. थोरली गाय ह्येच्यासंगे म्हातारी झाली. दोघांनी मिळून मालकाला चार पाडं नि तीन पाड्या दिल्या. भवतीनं गोतावळा वाढला. मीच संभाळला मालकाच्या संसारापायी... पाडी गाभ गेली. फुडच्या साली हिला वासरू हुईल... ढोरागुरांचा ते संसार झाला. आम्ही असंच. सोन्या नि चाण्ण्या दावी तोडून घेऊन भांडली तरी. ही पाडी आपल्या आजावर उडली. मला तसं कुठं कराय येतंय? आदूगर लगीन. मग समदं... आता मेल्यावर रुईसंगं लगीन लावून आमचं मढं उचलायची पाळी येईल झालं....

नाग्या-वाघ्या वैरण खाऊन थंड मनानं रवथ करत बसल्यात. डोळं मिटून एखादी डुलकी घ्यायचा त्येंचा इचार. दोन वक्ताच्या मोटा वडून त्येंची अंगं ताप आलेल्या माणसागत रसरसून गेली असतील. पंधरा चिऱ्यांचं रान त्येंनी असल्या उन्हाळ्यात पाजलं. पाणी तळातलं वर काढायचं. एक दिसाची सवड न्हाई. तसल्यात वाळली वैरण. तीबी मुकाट्यानं खात्यात. पोटं भरणार कशानं?

"...मालक, बैलांस्नी पेंड-भरडा कायतरी सुरू केलं पाहिजे." दुपारची मोटंवरची गोष्ट.

"का?"

"उन्हाळ्याचं दीस. वाळली वैरण. कामं चापाची."

"वैरण भरपूर घालत जावा म्हंजे झालं. उसाच्या पाल्याच्या दोन-तीन हिरव्या पेंड्या जास्त घालत चला."

"दरसालाला पेंड-भरडा असतो ह्या दिसांत."

"ठावं हाय मला. यंदा एवढा उन्हाळा कसाबसा काढायचा. पावसुळा आला

की, नाग्या-वाघ्या, रेडं, म्हसरं पार इकून टाकायची. सोन्या-चाण्ण्या तेवढं ठेवायचं.''

"....'' मी मोट वतून खाली न्हेली.

...चांद बेफाम वर आलाय. पुनव होऊन दोन दीस झालं, तरी पुनवंपरास पांढरंधोट चांदणं... पुनवंचा चांद दीस बुडतानाच उगीवतो. आजचा चांद चांगलं काळूखं पडल्यावर वर आला. पांढरं करत-करत आभाळात सरकला... माळ चांदण्यात खुशाल उताणा. आभाळात बघत पडलेला. एकटाच.

टेकडीच्या खालनं चांद वर आल्यावर डोळं किलकिलं करत चाटदिशी चाण्ण्या वर उठला. त्येला वाटलं, ग्यासबत्ती घेऊन कोण माळासनं वर खोपीकडं यायला निघालाय... पांढरंधोट घोटीव अंग त्येचं त्येलाच चमकून सगळ्यात आदूगर दिसलं... डोळं एका जागी कवा थिर न्हाईत. पाडीवर नजर. पायबी तसंच सारखं चळतेलं. अंग आटूपशीर हाय म्हणून सारखा आपला नुसता हलत असतोय... दावणीला सारखी वड.

त्यो उठला म्हणून सोन्याबी उठला. जरा सावकाशीनं. सैल अंग उचलत. वसिंड पाण्याचा डेरा ठेवल्यागत दांडगं नि झुलतेलं. नुसती पोळी दोन माणसांस्नी उचलायची न्हाई अशी. सुरकुत्यांनी भरलेली. खाली हातभर लोंबतेलं बेंबाटबी तसंच दांडगं. पोट झापागत रुंदाटं... एवढं घेऊन उठायचं. उलट चाण्ण्याचं अंग हलकं. वसिंडबी लई मोठं न्हाई. पोटबी बोजड न्हाई. पाय बारीक नि फरं भरलेलं. सगळं बेंदराच्या बैलागत घोटीव नि आटूपशीर. तसंच चटक्यानं उठणं.

...आवळ्याभोपळ्याची जोडी. एक टुनुक-टुनुक जातेलं नि दुसरं थुलथुल पळतेलं. एकाच्या डोळ्यांत दारू भरलेलं इस्त्याचं खेंड, तर दुसऱ्याचं डोळं झाड-कांडातल्या ढॉऽच्या पाण्यागत थंडगार.

"...मालक, ह्या खिलारी जनावरासंगं ह्यो जवारी पाडा कसा चालायचा?''

"न चालाय काय झालं? चाण्ण्यालाबी शेतकामातच घालायचा. त्येला काय शेरतीचा बैल करायचा न्हाई.''

"ते खरं. पर चाण्ण्याची चाल नि ह्या सोन्याची चाल जमाय नगं? हे धिम्म्या चालीचं जनावर.''

"कामात कुठं एवढी पळापळ असतीया? समदं धिम्म्या चालीनंच करावं लागतंय.''

"ते खरं...'' मी फुडं काय बोललोच न्हाई.

मालक कवा आपलं खोटं पडू देत न्हाई... अशीच ही जाडकुट्याची नि काटकुट्याची जोडी ठेवली... सुगी झाल्यावर मोकळ्या माळाला दोन-तीनदा गाडीला धरून वजीवली. तवापासनं बसूनच हाईत.

कुतरी वास घेत पळाली... सित्या आलेला असणार. सोन्या-चाण्ण्या एकमेकांकडं तोंडं करून हुबी ऱ्हायल्यात... पाडी गपगार. तिला त्येचं कायबी न्हाई... सोन्या-चाण्ण्या कायबी करंनात तिकडं... दोघांच्यात वाकडं लावून बसली.... ह्येंच्याबी अंगात मस्ती. ना आऊत ना अवजार. गाडीला धरून फेसलून आणली पाहिजेत.

सीताराम आला. पोटभर जेवलो नि पान खाता-खाता बोलणं काढलं.

''सीताराम, चांदणं पडलंय टिप्पूर.''

''मग?''

''सोन्या-चाण्ण्यांला जुपू या गाडीला नि तंगवून आणू या.''

''रातचं?''

''तर आता दिवसा कवा सवड गावणार हाय? कामाचं दीस, दीसभर उनाचा चुना तापतोय. रात हाय निवांत. खडा नि खडा दिसतोय वाटंवरचा. धरायची नि जरा गंमत करून आणायची. वजीवल्यागतबी हुत्यात.''

''चला तर.''

बैलांस्नी वैरण टाकल्या. गाडीला आतनंबाहीरनं वंगाण घाटलं. दोन्हींच्या येसणी आवळून बांधल्या... सोन्यानं देवागत गप आवळून घेटली. चाण्ण्या सारखी मान झाडाय लागलं, म्हणून जरा येसण जास्तच आवळली. म्होरक्याबी आवळून घेटल्या. सापत्या लावून दोन्हींस्नी जुपली. सित्या गाडीवर बसला नि चाण्ण्याला बाहीरच्या बाजूनं जादा पेंडकं लावून मी हातात धरून बाजूनं चाललो.

मारहाण न करता तळ्याच्या पलीकडं गाडी आणली. तवर दोन्हीबी दुडक्या चालीनं येत हुती. सपाट माळावर गाडी आणल्यावर नकट्या खणीच्या बाजूनं पळवायचा इचार केला. पायताण काढून गाडीच्या पावकड्याला चरटानं बांधलं. पेंडक्याला दुसरं पेंडकं जोडून बाहीरच्या बाजूनं घेटलं नि तसंच धरून गाडीत सीत्याजवळ बसलो.

''सीताराम, माळ फोंडा हाय. सोड कासरं सैल.''

सांगायचा अवकास; सीतारामानं दोन-दोन चटकं बैलांच्या पाठीवर वडलं... ईज हल्ल्यागत चाण्ण्या हलला नि टोकारी शिंगं फुडं वाकवून, कान वर करत चार पायांवर उधळला... सोन्याला वादाडं बसणार हे ठाऊकच असल्यागत त्येनं सरळ आणखी दोन वादाडं खाऊन जरा-जरा जोर केला. लबाक-लबाक पळाय लागलं... सरळ मागं ऱ्हायलं. चाण्ण्याचा सोगा हातभर फुडं. कासरा नि पेंडकं वडून धरलं, तरी शेपूट काय खाली न्हाई. ती नागागत वर उचललेलीच... वाऱ्याला धराय चालल्यागत झेपाळत हुता. गाडी तिरकी-तिरकी चालली.

''सोन्याला दे आणखी दोन टिप्पिरं.''

''हंऽ हंऽ.'' सित्याचा हात वरच.

तरी सोन्या मागंच.

"हाण बडीव."

...गाडी तिरकसच. राग चढत-चढत गेल्यावर सोन्या खवळला. बाहीर वडाय लागला. पर चौखूर सुटला. चाकांची भिंगरी झाली... चाण्ण्या जास्तच चिडला. त्योबी बाहीर वडाय लागला. जू मधी मोकळंच. सापत्या आवळून बांधल्या हुत्या म्हणून बरं. सोन्याबी मागचा सोगा दोराभर मागंच का असंना पर तेवढा घेऊन पळाय लागला. सीतारामचं वरनं तडाखं... मोकळा माळ. ना माणूस ना काणूस... माळावर चांदणं नि गाडीचा खडखडाट... सित्याचं तडाखं... गाडीचं हदरं... चाकाची भिंगरी... चाण्ण्याची हुश्शी... हाऽऽहूऽऽ... सोन्याऽऽ... खडखडाट....

सोन्यानं बाहीर वडताना आरबाट जोर लावला नि सापती आतल्या अंगानं ताटदिशी तुटली.

"आगं बाबा गंऽ!"

सोन्या मोकळाच. जू खरडतेलं. चाण्ण्या चिडून एकटाच जुवासंगं फुडं पळतेला. सित्याच्या हातांत नुसता कासरा. सोन्या कासऱ्यासंगं पळत येतेला.

"सित्या, वड... वड कासरा खच्चून."

"पेंडकंबी वड."

दोघांची वड. चाण्ण्या तिरकसच.

"खड्डाऽ खड्डाऽ!"

कडल... खडाड... खाट ऽऽ खाटऽ खर्र्रर्र...

"आई गंऽ.... "

"लागलं काय रं?"

"मला न्हाई. तुला?"

"पेकटावर आदळलो. दुखाय लागलंय."

"दुखू दे. दुसरं काय न्हाई न्हवं?"

"न्हाई."

"ऊठ तर. बरं झालं दोघंबी फुडच्या अंगाला हुतो म्हणून, न्हाई तर दोघांचीबी हाडं पंढरीला जायची."

"चाण्ण्याची सापती सोड."

"आयला! पाडं का काय हे? एवढं तापट हाय हे ठावं न्हवतं मला."

"सोन्या बघ की सुक्काळीचा! खड्ड्याच्या वरच हुबा हाय."

सगळा इस्कोट झाला. गाडी सरळ खड्ड्यात जाऊन उलटली नि चाकं वर अंतराळी हुईत फिरली. सापती हुती तवर जू उलटून चाण्ण्याच्या पोळीबुडी आलं हुतं नि नरडं आवळलं हुतं. तोंडातनं फेस टाकाय लागलं हुतं. घास्सदिशी सापती

सोडली नि गळा मोकळा केला. पाडा सरळ उडी मारून खड्ड्यातनं बाहीर पडला... सोन्या दुसऱ्या बाजूला तसाच डोसकं फिरल्यागत हुबा ऱ्हायला हुता. चाण्याचं पोट खालीवर, खालीवर हलत हुतं. धापा टाकत हुता. सोन्याचं तसं न्हवतं. मुस्सऽ करून हुबा ऱ्हायला.

"सगळं वाटूळं झालं. आता कसं करायचं?"

"गाडी सरळ हुती काय बघू या की."

खड्डा तसा ऐसपैस हुता... कुणीतरी दगडं काढून न्हेली हुती.

"रातचं गाडी जुपायचं तुझंच ख्याट, मर्दा. उगंच सुखानं निजला असतावं नि सकाळनं मोट धरली असती तर?"

"हे बघ, आता त्येचा बोलून फायदा न्हाई. दोन-तीन डाव रातचं चांदण्यात तू नि मीच गाडी काढलीया नि पळवून आणलीया न्हवं?... ह्या वक्ताला असं हुणार हाय हे कुणाला कळलं हुतं व्हय?"

"बरं मग आता काय करायचं म्हणतोस?"

"गाडी सरळ करून न्ह्यायची आणि काय."

"हुईल का दोघास्नी?"

"तिची आई हुईल सर्गातली."

दोन्ही पाडी माळाच्या दगडांस्नी गुंडाळली नि दोघं जण खड्ड्यात आलावं. धडपडून गाडी एका बाजूवर केली. मग काय सरळ हुयाचं चिन्ह दिसंना. दोघांनी मिळून वरच्या चाकाला खच्चाटून खाली वडायची कोसीस केली. तरी गाडी मुडद्यागत गडद. जागची हलायलाच तयार न्हाई.

"थांब घटकाभर. दम घे. जरा पान खाऊ या."

"बस तर. माझीबी आतडी गळ्याला आली."

बसून पान खाल्लं... चांद चांगलाच वर आला हुता. समदा माळ लांबपतोर दिसतेला.

"नाऱ्या, खालच्या बाजूचं चाक निखळून काढू या." सित्याच्या डोसक्यात पान खाताना काय तरी उजेड पडल्यागत झालं.

"आणि?"

"खालचं चाक काढलं की गाडी एका बाजूवर कलती हुबी कराय येईल. मग हळूहळू बुटाला दगडं लावून चाक आडकाय येईल."

खटपटून-खटपटून खालचं चाक काढलं नि गाडी एका अंगावर हुबी केली.

पाठीमागं धडपाडऽ धडपाडऽ आवाज झाला. फिरून बघतोय तर चाण्या दावं सोडवून घेऊन सोन्यावर पत्त्या न्हाई ते धावून गेला हुता. सोन्याच्या पोटावर धाडदिशी कोचाऱ्या शिंगांची धडक बसली.

"सित्या, बैलांची टक्कर."

मी चाबूक घेऊन धावत सुटलो. सोन्याचा कासरा तुटला हुता. त्येच्या पोटाला डोसकं लावून चाण्ण्या सरळ त्येला रेटत न्हेत हुता. सोन्याचा पायच थारी लागंना. डोसक्याला डोसकंबी द्यायला येईना. त्यो कोलमडत चाण्ण्या न्हील तिकडं चालला हुता. पोटातली धडक सोसत हुता.

चाण्ण्याला दोऽन वादाडं लगावलं. तसा त्यो मागं वळून कवा न्हाई, ते माझ्यावरच धावून आला.

"आरं त्येच्या बायली!" म्हणून पाठीमागं सुसाट पळत आलो. "आता रं सित्या, पाडं अंगावर यायला लागलंय की."

"जरा जिरू दे दोघांची मस्ती. मग बघू या. नुसता फोंडा माळ हाय. काय मरत न्हाईत काय न्हाईत."

सोन्या सरळ होऊन त्येनं डोसक्याला डोसकं दिलं. चाण्ण्या नुसत्या शिंगांनी सोन्याची मान खोंबराय बघत हुता. डोसक्याला डोसकं भिडवायच्या आदूगर त्येची शिंगंच फुडं यायची. सोन्याची शिंगं मुटकी. पाठीमागं वळलेली. त्येला शिंगांचा उपयोग कराय येईना... पर कपाळ चांगलं रुंदाटं हुंत. पाय गिड्डं नि भरलेलं. मागचं फरं मांसानं थलथलतेलं. मानंत चांगलं भरदार. त्येच्या मानानं चाण्ण्या बारकं वाटायचं. आटीव अंगाचं. मान बारीक. कपाळ उभट. मुस्काड रुंदीला कमी नि लांबूडकं... तसं नाजूक, खरं चीड दांडगी.

सोन्या आता पाठीमागंच सरायला तयार न्हवतं. त्येनं पाय रवलं. एरवी गरीब दिसणारं डोळं फुटलेल्या खेंडागत दिसाय लागलं. चाण्ण्यानं शिंगं फुडं केली. सोन्यानं मान कसती केली. धडक मारायला गेलेला चाण्ण्या सरळ सोन्याच्या बगलंनं कोलमडत फुडं गेला. सरळ त्येचं पोट सोन्याच्या फुड्यात. सोन्यानं आईचं दूध आठवून धडक दिली नि चाण्ण्या कोलमडलं... तशातच सोन्याच्या दोन-तीन डुक्करधडका. चटाकदिशी चाण्ण्या उठला नि पळाय लागला... सोन्याला तेवढं पळाय येत न्हवतं. त्यो थुलथुल करत जड अंगानं जरा पळाला नि वर मान करून मुसमुसत हुबा ऱ्हायला.

"चल, दोघं जण धरू या चाण्ण्याला." माझा जिवात जीव न्हवता. चाण्ण्याची शिंगं सोन्याला लागतील नि मालक बोंबलाय लागंल; त्येचं मला भ्या हुतं. पर तसं झालं न्हाई. दोन्हीबी आदूगरच दमली हुती. तशात चाण्ण्या आदूगरच दमलं म्हणून बरं झालं.

जाऊन दोघांनी बेतानं धरलं. सोन्या लगीच सित्याला गावलं.

"काय करायचं आता?"

"आदूगर ही पाडी खोपीकडं न्हेऊन बांधून येऊ या आणि थोरली बैलं आणून

मग गाडी सरळ करून न्हेऊ या.''

दोघांस्नीबी लांब-लांब धरून खोपीकडं आणलं. सोन्याला बाभळीला न्हेऊन बांधाय सांगिटलं. चाण्ण्या गोठ्यात आल्याबरोबर पाडी गरत्या बायकूगत चाटकन उठून हुबी ऱ्हायली. तेवढ्यातल्या तेवढ्यात चाण्ण्यानं तिला पाठीमागनं हुंगून, व्हटाळी वर करून सोन्याकडं बघत येडवण दाखवून घेटलं... आयला! हितं पुन्ना आणि काय तरी हुणार. ह्येलाच बाभळीला न्हेऊन बांधावा. न्हाईतर पुन्ना खुट्टं उपडून घेऊन सोन्याच्या अंगावर जायाचा. पाडीला एखाद्या वक्ती छळायचा. म्हणून मग सोन्याला जाप्त्याला नि ह्येला बाभळीला न्हेऊन बांधला.

थोरली बैलं चांदणं अंगावर घेत डोळं झाकून बसली हुती... त्येंच्या अंगातल्या दीसभराच्या कळा पुराच्या पाण्यागत हळूहळू उतरत हुत्या. त्यांस्नी हलवू ने असं वाटलं. उतार वय. पर....

''नाग्या, ऊठ.''

नाग्यानं डोळं चटाकदिशी उघडलं. बसल्या बैलालाच कासरा लावाय गेलो तर रवथीचा घास गिळून आळस झाडून झटक्यानं उठला... कुठं? काय? कशापायी? कायबी न्हाई. वाघ्याचंबी तसंच. त्योबी उठला... लावलं म्हणायला दोघांस्नी कासरं लावलं.

सित्यानं सोन्या-चाण्ण्याला वैरणी टाकल्या. सोन्या गुमान कायबी झालं न्हाई, असं समजून वैरण खायाय लागला. चाण्ण्यानं नुसती हुंगली नि वर बघत हुबा ऱ्हायला... पाडी वैरणीला वळंबाय लागली... रांडंला आपल्यापायी वाली-सुग्रेवागत पाडं भांडाय लागल्यात त्येचा पत्त्याच न्हाई.

तळ्याच्या वाटंनं चाललावं... म्हादेवाच्या नंदीगत नाग्यावाघ्या पाठीमागनं चटाचटा पाय उचलत येत हुतं.

गाडीसंगं झट्याझोंब्या खाऊन दुसरं चाक बसीवलं. खड्ड्यातनं गाडी वर काढली नि मऊ चाकाच्या मोटारीगत नाग्यावाघ्यानं ती खोपीकडं आणली... चांद मधासाला आला हुता.

''सित्या, नीज आता. पाटंचं लौकर उठून मोटा धराय पाहिजेत. न्हाईतर उशीर झाल्यावर मालक येऊन हाका मारायचा.''

...चाण्ण्या बिन वैरण खाताच बाभळीबुडी बसलं हुतं. सोन्या वैरण खाऊन थंडपणानं बसलेलं... पाडी भटकभवानीगत दावणीत येऊन बसलेली... सित्या बायकूची आठवण करत उताणं पडलं नि मी पटकुरात पाय घालून भुईसंगं चिकटून डोळं मिटलं.

सहा

कोंबडा वराडला नि पटकुरात उठून बसलो. बाहीर बघिटलं तर चांगलं भगटत आलेलं. एकटाच.

उठलो नि ढोरांस्नी वैरण घालाय म्हणून खोपीतनं बाहीर आलो. एका कडंनं समदी ढोरं गपगार बसलेली... टिक्क्या म्हशीचा जाप्ता वळीतला दात पडल्यागत मोकळा... दोन खुट्टं कुणीतरी गळ्यातला दागिना चोरून हेल्यागत येडबडून गप बसलं हुतं. त्यांस्नी जाग्यासनं हलायला येत न्हवतं म्हणून तसं हुबं. न्हाईतर कुठं तरी डोसकं बिघडून भरकटत गेलं असतं.

काल सांजचं त्या खुट्ट्यांची दावी काढून टिक्की म्हस मालकानं कोल्हापूरला बाजारला हाणली.

"...मालक, ऱ्हाऊ दे की ती म्हस. नऊ म्हैनं सपलं तिला. आता म्हैनाभरात यील."

"म्हणूनच न्ह्यायची बाजाराला... किंमत चांगली येईल."

"आणि घरात दुधाला नगं व्हय?... दुधाला चांगलं जनावार हाय ते."

"फटागड्या शिंगाची एक हाय तेवढी रग्गड झाली."

"तिच्यापक्षा हिचं दूध दुप्पट येतंय."

"खुळा हाईस तू... म्हातारी झालीया आता ही म्हस. अजून एखादं यात देईल नि झाडलेली पिशवी हुईल... धंद्यातलं कळतंय कुठं तुला? फटागडी अजून

तरणी हाय.''

"दोन्हीबी ऱ्हायल्या तर काय बिघडतंय?... आतापतोर हुत्याच की.''

"आतापतोरचं न्यारं हुतं नि आताचं न्यारं हाय. दीस कसलं आल्यात हे, मिरगाचा एक पाय झाला, तरीबी अजून पावसाचा पत्त्या न्हाई. वैरणी सपत आल्या. हितनं फुडं पाऊस लागायचा. म्हंजे अजून दोन-तीन म्हैनं तरी वैरणी संभाळाय पाहिजेत आणि आताच निम्मी व्हळी सपली. रिकाम्या ढोरांस्नी वैरणी घालायच्या कुठल्या? शिवाय सालआखिरपतोर पैशांची बेगमी केली पाहिजे.'' ...मालकानं बरंच काय-बाय सांगिटलं नि मांगवाड्यातनं आणलेल्या गड्याच्या हातात टिक्क्या म्हशीची दावी काढून दिली.

...म्हस चालली. कुठं चालली तिला काय ठावं न्हवतं. मालकानं खाटीकखान्यात न्हेऊन हुबी केली तरी गप वाट बघत हुबं ऱ्हायाचं. तिच्या हातात कायच न्हवतं... देवानं जनावराला हात एक दिलं न्हाईत ते बरंच हुतं. अवघडलेली कास दोन्ही पायांत घेऊन ती वाट जवळ करू लागली. एकदा पाठीमागं बघून जीभ बाहीर काढून वरडली तेवढंच. तेवढ्यात फटागडी म्हस नि दोन रेडकं तिला बघून वरडली... जिभा लांब करता आल्या असत्या तर त्येंनी एकमेकीला तेवढंच चाटून घेटलं असतं. डोळ्यांत डोळं घालून बोलल्या असत्या...

...आभाळात वांझ ढग आलेलं. अजूनबी वावटुळं न्हाई का वादळ न्हाई... कुठं गेला असंल ह्यो पाऊस? आता लागायचा कवा नि पेरण्या हुयाच्या कवा? वैरणीचा तुटवडा पडत चाललाय. ह्येच्या फुड्यातलं त्येच्या फुड्यात नि त्येच्या फुड्यातलं ह्येच्या फुड्यात वडायचं चाललंय... नाव-नाव एक-एक पेंडी कमीच. शेणातलीबी चिपाडं आता रचून ठेवायची पाळी आलीया... ढोरांची तोंड तर आऽ. चिमूटभर तंबाखू पुरवून-पुरवून आठ दीस खाल्ल्यागत पाळी... पिकाला पाणी तर अजिबात न्हाई. चाळीस चिरं पाणी प्यायचं तिथं आता आठ चिरंसुदीक पीना झाल्यात. पाटातनं पाणी उसाला येईस्तवर हिरीतलं पाणी सपतंय... आतापतोर जीव जतन केल्यागत ऊस. त्योबी वाळून चाललाय... पड बाबा एकदा. फुडं कवा तरी वड खा वाटलंच तर, खरं असा दुस्काळ नगं पाडू.

ऊंऽ म्हणून मांडवाम्होरं जाऊन आळस दिला. म्हालिंग्या बैलानं डोळं उघडून माझ्याकडं बघिटलं. खरं उठला न्हाई... त्येला बसायला बरं वाटत हुतं. कामं करून हाता-पायांतलं बळ पार गेलेलं. त्येंची उरासंगट घडी घालून कुणाची तरी वाट बघत पेंगत गप बसला हुता. नाग्या-वाघ्या, सोन्या-चाण्ण्या, पाडी, रेडं, म्हसरं, थोरली गाय एका रांगंत बसलेली... समद्यांची ईस-पंचईसभर शिंगं एका वळीत आभाळाकडं हात पसरून हुबी असलेली. काय तरी मागत हुती... पर्तेकाच्या गळ्याला गच्च दावी, दोन-दोन खुट्ट्यांमधी एक-एक मान अडणा घालून ठेवल्यागत.

तरी कुणाची काय ना न्हाई... परभारी खळ्याच्या तिवड्याला बांधलेलं आंधळं घोडं तेवढं तीन पायांवर हुबं.

इरागतीला बसून व्हळीकडं वैरण आणाय गेलो. कवळा भरताना वाळल्या वैरणीचा खासखास आवाज झाला नि समद्या ढोरांचं डोळं उघडलं. पाडी, सोन्या-चाण्ण्या पैल्यांदा उठून हुबं ऱ्हायलं. कवळ्यात वैरण घेऊन येताना नाग्या-वाघ्या उठून हुबं ऱ्हायलं आणि फुड्यात वैरण पडल्यावर मग रेडं उठलं. पटापटा दोघांनीबी पोवट्या टाकल्या. पाठी लांब करून कुथून आळस दिला. मग वैरणीकडं माना वळल्या... थोरल्या गाईला वाटलं, आपल्याला कुणी वैरण टाकणारच न्हाई. म्हणून ती बाकीच्या ढोरांस्नी वैरण टाकताना उगंच मान वळवून बघत हुती. वैरण टाकत-टाकत मी तिच्या म्होरं गेलो नि गवताची एक-दीड पेंडी फोडून तिच्या फुड्यात फेकली नि मग तिला खरं वाटलं... गुमान उठली. खाली मुंडी घालून वैरणीचा घास कराय लागली. मधी बांधलेला म्हालिंग्या वैरण टाकली हुती तरी उठला न्हाई. बसूनच गवताच्या पेंडीत नाकाड घुसवून एक-दोन, एक-दोन काड्या चघळायसाठी तोंडात सारत हुता. सोन्या-चाण्ण्याला वैरणीची किंमतच न्हाई. शेंडं-शेंडं आदूगर खाईत हुतं. उळाक मनाच्या पाडीनं वैरण सगळी तुडवून टाकली हुती... घोड्याच्या फुड्यात नुसतं भाताचं पिंजार पडलेलं. त्येला कोण घालणार वैरण? मालकानं अजिबात घालू नको म्हणून सांगिटलं हुतं. घाटली तर माझी भाकरी तुटली असती... घोड्याचा आता काय उपयोग न्हवता. जीव जाईत न्हवता म्हणून जगत हुतं.

खोपीत जाऊन शेरडं घाणवडीवर आणून बांधली... खोपीत रातभर हुदल करून ठेवत्यात. मुतायचं नि त्यातच लेंड्या टाकायच्या. सगळ्या खोपीतनं पुंगस-पुंगस वास. रातध्याड दरवळ... ढोरांशेजारीच ह्यांस्नी बांधाय पाहिजेत. पर कुणीतरी चोरून-बिरून न्हील ह्येचं भ्या. शिवाय करडं थंडीत काकडत्यात. त्येंचं एक हाल बघवत न्हाई. ही करडं जतन करून वाढवायची. पोराबाळागत अंगाखांद्यावर खेळवायची. दसरा आला की, मालकीण त्यांस्नी इकून पैसा करती. शेळी फुडच्या पिल्ल्यांची वाट बघत दाव्याला. बकऱ्याचं कवा काय हुणार हाय ते त्येलाबी ठावं न्हाई....

हाऱ्याबुडली कोंबड्याची पिल्ली सोडून दिली नि परसाकडला जाऊन आलो. शेणं-घाणं काढून उकिरड्याची भर केली. राखुंडी लावत घाणवडीवर बसलो.

सित्या आला. घमटीजवळच्या चुलीवर च्याऽचं आधाण ठेवलं. सित्यानं नाडा-मोट न्हेऊन हिरीला लावलं... ढोरं खाली माना घालून गवात बकलत हुती.

तोंड धुतलं नि शेळीच्या धारा पिळल्या. मालकिणीला दुवा देत च्या प्यालावं. मोटा धरायच्या वक्ताला गंग्या आला. त्येला च्या मिळालाच न्हाई.

साराततनं पाणी उसाच्या पाटात पडलं नि घुमटाच्या माळाला दीस लाल गुंजाळ वर आला. उनं अंगावर तुरतुरू लागली. शेरडांच्या अंगावर सांडली. उसातनं त्येंच्या लांबलांब सावल्या दिसू लागल्या... ऊस मालकानं दिडीनं लावलेला. गेलं साली गुळाला दोन-अडीच पट धारण आली नि ऊस एवढा लावला. तर आवंदा पावसाचा अजून पत्त्या न्हाई. हिरीत तर तळ खरडून मोटा काढाव्या लागत्यात... मराय लागलेल्या माणसाला पाणी पाजल्यागत उसाची दशा.

धावंपासनं साराच्या पाटातला पालापातुरा काढत, पाट सोजळ करत, मुंग्यांची भोकं मुजवत पाण्याबरोबर चाललो. उसातनं वड्याकडंला पाणी न्ह्यायचं हुतं. पाणी मणकं मोडलेल्या सापागत हळूहळू चाललं होतं... कसंबसं वड्याजवळ आलं.

पाण्यातनं मुंडी वर काढली नि हिकडं-तिकडं फिरीवली. काळजात धास्सऽ झालं. राती कोरव्यांच्या गाढवांनी कारभार केला हुता. लिंगडीजवळच्या खळंभर उसाचा मुडापा झालेला... मालक आता नावानं बोंबलणार. तरी रोज रातचं घराकडं जातानं सांगून जातोय.

"...मध्यान रातचं उठून वड्याकडच्या बाजूला एखादी फेरी मारावी रं नाऱ्या. गाढवं येतील."

"हूंऽ."

"पाटंचंबी एखादी मारावी."

"बरं."

मागच्या पंधरवड्यात असंच झालं नि मालकानं भूस पाडला. मग पंधरा दीस मध्यान्ह रातचं नि पाटंचं अशा दोन-दोन फेऱ्या झाल्या... गाढवं एकदाबी न्हाईत. फेऱ्यांचा कट्टाळा आला. दीसभराच्या कामानं अंग आंबून जायाचं. रातचं उठायचा कट्टाळा... आज हिकडं गाढवांनी ह्यो डल्ला मारला.

...हाडांची काडं करायची. तास-तास रातीला उठून बैलांस्नी वैरणी घालायच्या. पन्नास वाव खाली गेलेलं पाणी वर वडायचं. बैलांची नि रेड्यांची आतडी तुटून गांडीकडनं खाली पडत्यात. एवढं राबून तोंडं आवळून वाळलीच वैरण खायाची... उन्हाळ्याचं दीस; उसाचा पाला काढला तर ऊस वाळंल, अशी भावना आणि रातचं अचानक येऊन ह्या गाढवांनी न्हारी करून भरल्या पोटानं कोरव्याच्या घराकडं जायचं... ह्या कोरव्यांस्नीच धरून बडीवलं पाहिजे. दीसभर वंगवून तशीच उपाशी गाढवं सोडत्यात. रातभर मोकळी. तशात मळा गावंदरीकडंला. लाख मोलाचं पीक गाढवांच्या पोटांत... तीन तरी गाढवं असणार. सगळ्या पाणी पाजलेल्या उसातनं हुदल केलीया. तीन ठिकाणासनं पाय आत गेलेलं दिसत्यात. हुदलबी तीनच जागी झालीया... तरी बरं. मालक आज कोल्हापुरात हाय. न्हाईतर आल्याबरोबर उसाच्या भवतीनं फेरी झाली असती.

तासभर दीस वर आला नि गावाकडनं थोरला पोरगा हिंदुराव हातात कासांडी घेऊन मळ्याकडं आला... तसाच मधनं उसात पाणी पाजत हुतो तिथं आला.

"काय हो मालक?"

"आईनं धार काढून द्यायला सांगिटलंय."

"बरं. तुम्ही खोपीकडं जावा नि इजार काढून या पाणी पाजायला... चड्डी हाय न्हवं आत?"

"हाय की. हितंच इजार नि चप्पल काढून ठेवतो की."

"तसं करा."

खोपीकडं गेलो... शेरडं माझ्याकडं बघून आरडत हुती. तिथंच कासांडी ठेवली नि सारावरच्या शेवरीचं पेंडीभर ढाळं मोडलं. त्येंच्या फुड्यात आणून टाकलं. बकऱ्याला सारावर न्हेऊन बांधलं. ते उसाकडंचं दड्ड खाली मुंडी घालून दातलाय लागलं... शेरडं गप झाली.

म्हशीच्या फुडं टाकलेली पेंडी सपली नि मी धारंला बसलो. दोन्ही ढेंगंत कास भरलेली... अंगावरनं हात फिरीवला नि कासंत हात घालून, पाणी मारत-मारत थानं अबदार वडली. घटकंत पान्हेव घाटला. डोळं झाकून रवथ करत हुबी ऱ्हायली. तोंडातनं दुधागत पांढरा फेस. अशी डोळं झाकून हुबी ऱ्हायली की, थानांत जाऊन मनानं उतरली. थानं तटातटा फुगली. थोरल्या केळांच्या फणीगत झाली. हात लावायचा अवकास. दूध कासांडीत सळूसळू लागलं... गुळचट दूध. फसफसणारं. पांढरंधोट. ना मळ ना कसपाट. कासांडी भरून पुन्ना डेचकं भरलं. हात अवघडून गेलं.

...जीव, रगात थानांत न्हेऊन म्हशीनं धार दिली. भरलेली कास उतरली. थानांच्या पिसव्या झाल्या नि शेजारचं दाव्याला वड घेतेलं रेडकू सोडलं... उगंच त्येच्या मनाला समाधान मिळावं म्हणून. ते चटाचटा पिसव्या चोखू लागलं... खरोखरचं दूध आल्यागत. म्हशीच्या फुडं एक पेंडी फेकून दिली.

एवढी गरीब म्हस, पर मालकाला धार देण्याचं मनात नसतं. फडाऽडा लाथ उडीवती... कोण तू धार काढणार? तुझा-माझा काय संबंध? जातीचा का गोतीचा तू? कवा वैरण घाटलीस का कवा पाणी दावलंस? कासंत हात घाटलास तर लाथ बसंल. कुणालाबी हात घालू द्यायला आम्हाला काय हाय का न्हाई?–

म्हशीला काय ठावं, समदं दूध त्येच्याच शिक्क्यावर जातंय ते.

दूध पेटीत न्हेऊन ठेवलं नि सगळ्यांस्नी व्हळीचा कडबा तोडून घाटला. समदीच ढोरं वाट बघत हुबी हुती. कोंबड्या पुन्ना कारीबुडी गेल्या हुत्या. त्यांस्नी हसकलून आणून खोपीम्होरं सोडून दिल्या... घोडं खळ्यावर तसंच हुबं. त्येला काय घालायचं? भवतीनं इसकटलेलं पिंजार तसंच पायानं त्येच्या म्होरं गोळा

करून ढकललं... मालकानं आता त्येच्या बदली वैरण-पाणी बिनखाणारी सायकल आणली हुती.

गंग्यानं हाक मारली म्हणून मोटंवर गेलो.

''काय रं?''

''पान खा.''

बसून त्येच्या चंचीतलं पान खाल्लं.

''चार मोटा मार आता. परसाकडनं येतो.''

हे त्येचं काय तरी निमित हुतं. रेड्याच्या मोटंवर त्यो हुता. सारून सारून त्येचं हात बावट्यांतनं तुटायची पाळी आलेली असणार. म्हणून मीबी काय बोललो न्हाई. चार मोटा हाणाव्यात म्हणून कासरा हातात घेटला.

रेडकं मनापासनं सरंना झाली हुती. उगंच कवातरी पाय पाठीमागं ठेवत हुती. कासरा तुटावा एवढी वड कासऱ्याला लावली. सरण्यात कमी न्हाई, जास्त न्हाई. हिसकं मारलं तरी एक न्हाई का दोन न्हाई. गड्ड्यापाशी गेल्यावर तर मागं सरंचनात. पायच पाठीमागं येईना. कासरा वडला तरी नुसती मान वर. त्येंचा हिशोबच न्यारा. हातभर मागं सरलं, तर तेवढी मोट तिथनं वडणार कुणी? हाय मोटक्या. नाडा हातानं मागं रेटून भरतोय कशी तरी. तेवढंच वडाय हलकं... किती मरायचं? एवढ्या मोटा वडून-वडून त्यांस्नी कुणी चांगली वैरणबी देत न्हाई. एवढा हिरवा ऊस, पर त्यांस्नी वाळलाच कडबा. खावा न्हाईतर मरा. वल्ली वैरण म्हटली की, धारंच्या म्हसरांस्नी न्हाई तर बैलांस्नी. किती केलं, तर ते हाले आणि ही बैलं ती बैलंच. मळ्याची सोभा. त्यांस्नी नुसत्या नाकात येसणी. वादीच्या मऊ म्होरक्या आणि ह्यांस्नी दोन पिवळ्या येसणी. शिवाय डोसक्यात रुतत चाललेल्या कचण्या. तरी कुणी बघत न्हाई. वर आणि रेडं सरत न्हाईत म्हणून कचण्या आवळायच्या नि त्यावर पाणी सोडायचं. म्हंजे कचण्या भिजून पुन्ना आकसत्यात. मासात घुसत्यात... आई आठवत असंल त्यांस्नी. तरीबी कुणाला दयामाया न्हाई. मग रेड्यांनी तरी का मोटा वडाव्यात? बैलांच्या तीन तर त्येंच्या दोऽन. शेंड्याला गेलं की, एक पाय मागंच. व्हावं तर मोटक्यानं नाडा ढुंगणानं दावून मोट वतावी, न्हाई तर खुशाल बसावं.

गंग्या परसाकडनं आला. कचवचत पान खायला बसला. ''नारबा, मोट मारतोस का तू? मी जातो पाण्याकडं.''

''का रं? धावंवर सावली हाय गारेगार. सावलीला बसून मोट माराय का जड जातंय?''

''तुला खरं सांगू? – ह्या रेड्यांस्नी हिरीत न्हेऊन पंधरा दीस बुडवून ठेवलं पाहिजेत. तवा कुठं ते सयराला मऊ येतील.''

"सरतील तसं सरू द्यात. एकादी मोट कमी झाली तरी चालंल."

"एवढं सांगतोस तर मग मार की मोट."

"नगं. पाण्याकडं मीच असलं म्हंजे बरं. इल्लंनं पाणी पाजाय लागतंय. न्हाईतर मालक बोंबलाय लागतोय... धर कासरा."

गंग्या पान चघळत तोंड बंद करून मोटंवर आला. बैलांची मोट सुरात चालली हुती. त्येंची नजर दुसरीकडं कुठंच न्हवती. सरळ आभाळकडं बघत थंड डोळ्यानं मागं सरत हुती. कासरा ढिला पडला की, खाली माना घालून मोटा वडत हुती.

...कसं का असंना, मोटा चालल्या हुत्या. पार तळातलं राडरिबीट पाणी वर येत हुतं. मातीच्या आंबलीगत होऊन पाटातनं उसाला जाईत हुतं... ऊस सुरळीतनं धगधगत्या आभाळाबुडी हिरवा ऱ्हाईत हुता. मोटा हिरीच्या काळूखात उतरून पाणी वर उपसत हुत्या. उसालाबी रानात जीव जगवावा लागत हुता. हिरीतलं पाणी 'सपलो, सपलो,' म्हणत हुतं तरी खरडून तर उपसलं जाईत हुतं.

तळातलं कासाव त्या समद्यांकडं दोन डोळ्यांनी एकटंच बघत बसलेलं. त्येला वाटत हुतं, हे समदं कशापायी? पावश्या वैतागून-वैतागून आरडत हुता. त्येनं तर आभाळासंगं भांडणच उकरून काढलं हुतं.

सात

दोन वळीव पडून गेलं. वड धरलेल्या पावसानं हात सैल सोडलं. बरं वाटलं. माळरानाला उगंच जरा-जरा हिरवाट फुटलं. तप केल्यागत ढोरं उनाकडं बघत बसत हुती; त्यांस्नी देव पावला. दुसऱ्या वळवानं तर वडं-वधळी व्हावून गेलं... सगळ्यात पैलं अंधळ्या घोड्याचं नशीब उजाडलं. कवा पावसाळा येईल नि माळमुरूड हिरवं हुईल असं त्येला झालं हुतं... ह्या पावसुळ्यात मिळालेलं हिरवाट त्या पावसुळ्यात मिळायचं. मधी काय न्हाईच. एकएक वक्ताला दीसभर काय न्हाई. तरी दुसऱ्या दिशी जगलेलं. पाणी तेवढं सांजसकाळ दावायचा... कवा एखाद्या वक्ताला कड्डाळाबी करत हुतो.

तरुणपणात ह्येला रोज सांजंला जुना मापी शेर भिजलेलं हरभुरं. वल्ली चंदी. रोज हातणीनं अंग घासून काढणं... गोमाशी बसली तरी थाय-थाय नाचायचं. सपासप शेपूट मारायचं. उनात तांबडा रंग घासलेल्या घागरीगत चकचकायचा... मालक कवा ह्येच्यावरनं उतरला न्हाई. आठवड्यातनं एकदा-दोनदा कोणचं तरी गाव हाईच. हितनं कोल्हापूर पंधरा मैल. मालक तिथंपतोर जाऊन यायचा... समद्या जनावरांत येगळं जनावर. मालकाची मर्जी. त्येलाबी वाटायचं, मी हाय तर मालक हाय. म्हणून हिरवी-हिरवी चंदी... सगळ्या गावाच्या वराती काढून दिल्या. एका वरातीला पाच रुपयं नि पटका-नारोळ. आता हे सगळं त्येला आठवत असंल... मालकाला ह्यातलं कायबी आठवत नसणार. त्येच्या मनात सारखा ट्याक्टर फिरतेला.

पायाचं दावं सकाळी मोकळं केलं... दावं मोकळं केल्याबरोबर अंधळा डोळा माझ्याकडं करून हळूच उसाकडंलाच चाललं.

"चाललंस का गुण उधळून घ्यायला लगीच?"

धोंड्याचा एक खच्चून टिप्पिरा डोसकं गवसून दिला. तिरमिरी आल्यागत डोसकं झाडत तिथंच हुबं ऱ्हायलं... फुडबी जाईना नि मांगबी येईना. खरं म्हंजे चरायला कुठं जायचं ते त्येचं इसरल्यागतच झालं हुतं.

येडबडून दगडाच्या माराला भिऊन हुबं ऱ्हायलं. मग हातात एक धाट घेऊन मानंवर दोन रट्टं लगावलं नि तोंड माळाकडं केलं. पाठीमागच्या ढोपरावर दोन धाटं वडली. हलंचना... तरुणपणात ह्या दोन धाटांवर धा मैल पळालं असतं.

आणखी चार धाटं वडली. मग हळूहळू पाय उचलत कारीच्या फुडं वावभर गेलं नि पेंग आल्यागत डोळं बारीक करून हुबं ऱ्हायलं... बैदाच झाली.

खोपीत गेलो. एक दांडगंसं पेंडकं घेऊन आलो नि त्येच्या गळ्याला बांधलं. माळाखालच्या वगळीकडं सोडायच्या इचारानं तिकडं चाललो... वगळी-वगळीतनं हिरवाट जरा बरं हुतं.

तिथं न्हेऊन सोडलं नि दावं काढून घेटलं. घटकाभर लांब हुबा ऱ्हायलो. तरीबी ह्यो गडी रुसल्यागत गप्पच हुबा. – 'काय तरी करू दे' म्हणून मग खोपीकडं चाललो... जरा लांब जाऊन पाठीमागं बघिटलं, तर माझ्याकडं बघतच हुबं ऱ्हायलेलं. चराय सोडलंय हे त्येला खरंच वाटंना झालं हुतं. जाऊन त्येंची मुंडी खाली दाबावी नि चारा दाखवावा, असा इचार मनात आला.

"खा न्हाई तर मग तुझ्या आयला उपाशीच. मी जातो माझ्या कामाला." म्हणून खोपीकडं चाललो.

खोपीजवळ जाऊन मागं बघिटलं, तर खाली मान घाटली हुती. जरा-जरा मुगुरा हुंगत फुडं-फुडं जाईत हुतं... आता खाईल. दड्ड दातलायची आठवण त्येच्या दाढवानाला झाली असणार.

भुईमुगाच्या रानात चुकारीच्या शेंगांस्नी मोड फुटून वर आलेलं. तिथं शेरडं ताणून द्यावीत, असं वाटलं. तिनीच्या तिनी शेरडं मोकळी करून रानात हाकलून दिली... ऐसपैस रान. चटाऽटाऽ मोड येचू लागली. बकऱ्याला उसाकडंच्या बांधाला मेख मारून बांधलं.

वळवाचं पाणी पिऊन ढेकळं मऊ-मऊ झालेली. सित्या नि गंग्यानं त्येंच्यावर कुळव धरलेला... पैली पाळी. ढेकळांचा कुळवाबुडी रगडून चुरा हुईत चाललेला. रान सप्पा हुतेलं... गुदगुल्या हुईत असतील. पोटात बियाणं पडायचं दीस जवळ आलं...

कुळव वडतानं बैलाचं खांदं भरून येत हुतं. तरी वड लावून चालली हुती... कष्टं तरी झाली पाहिजेत. रेडं घुटमाळत हुतं. आदूगरच जात गिड्डी. तशात

नागरटीतनं चालायचं. नुसतं चालायचं न्हाई; मानंवर कुळवाचं पैल्या पाळीचं वझं. पाय जास्तच भरून यायला लागलेलं... तिथल्या तिथंच पाय उचलत हुती. ढेकळं भरून गरवार बाईगत झालेला कुळव पाठीमागनं वडत हुती. पाय भरून येत हुतं तरी उचलत हुती.

वाटलं..., उगंच उसातला पाला काढत बसण्यापक्षा पाड्यांचा कुळव धरावा. तेवढीच रेड्या-बैलांस्नी मदत. वजीवणंबी हुईल... समद्याच कष्टांची त्यांस्नीबी सवं झाली पाहिजे.

कुळव धरला... नांगरटीचं रान. लई काय गडबड करता येईना. आडवी-तिडवी नांगरटीतनं पळाली. भरपूर पळाल्यावर पाय भरून आलं नि मग सरळ चालाय लागली... कुळवाची तासं आडवी-तिडवी जाईत हुती. कसं का असंना, रान कुळवून हुईत हुतं. कुळव मारायलाबी जरा गंमत येत हुती.

सगळीजणंच कुळवावर हुतावं म्हणून चंपीबी तिकडं आलेली. लिंगडीच्या झाडांकडंनं वास घेत हिंडत हुती... तिच्याबरोबर तिची दोन्हीबी पिल्ली. एक नाम्यासारखं तांबूस-तांबूस नि एक चंपीसारखं काळं. चार पिल्ली झाली हुती. पर त्यांतली दोन बारकी असतानाच मेली. आता दोन उरली हुती... तुरूतुरू तिच्या मागनं पळत हुती.

लांडगा आल्यागत मान वर करून नाम्या खोपीकडनं तरातरा आला... त्येला बघून कुतरी धावतच त्येच्याकडं गेली. पाठीमागनं पिल्ली पळत गेली. चंपी शेपूट हलवत त्येच्या फुड्यात उताणी निजली. त्येनं हळूच तिला हुंगलं. तोंड जरा बाजूला करून बेंबीच्या देठापासनं पोट आत वडलं. घाळ्ळऽऽदिशी दोन बचका मास तोंडातनं खाली पडलं. चंपी त्येच्या तोंडाफुडं गेली. वचावचा मासाचं गटकं करून खाऊ लागली. पिल्ल्यांनी जरा-जरा पळीवलं.

नाम्या जरा बाजूला जाऊन जिभंनं तोंड चाटत थंड मनानं बसला... झिपरा तांबूस रंग. मान पैलवानागत भरलेली. मुस्काड नि मान एक झालेली. शेपूट लांडग्यागत लांबसडक.

चंपीनं मास खाल्लं. पुन्ना नाम्याचं तोंड चाटाय लागली. नाम्या तोंड चुकवत गप्पच... सुंदी आल्यागत झालं हुतं. मास भरपूर खाल्लेलं असणार. मिरग्या रोग लागून ह्या दिसांत बरीच म्हातारी ढोरं पंढरीला गेली हुती. गावदरीकडंला त्यांस्नी सोलून टाकलं हुतं. त्येंचं सापळं पोखरून घारी-गिधांड नि कुतरी तदम हुईत हुती. नाम्याची गावातली फेरी चुकत नव्हती.

...त्यो गावात गेला तरी गुजराच्या मळ्यात कुणी पाऊल घालत न्हाई. पांदीच्या पलीकडं गुजराचा मळा. त्येचा ह्यो राखणदार. रातचं भुकाय लागला म्हंजे ढग गडगडल्यागत हुतं. शेजारच्या दोनतीन मळ्यांत जाग येती. चोरीचं भ्या कसलं ते न्हाई.

चंपी भवतीनं उड्या माराय लागली नि हळूहळू ह्यो रंगात आला... तिची मागची टांगडी तोंडात धरून तिला पाडू लागला. खोटं खोटं चावू लागला... चंपीला तेच पाहिजे हुतं. ती चटाकदिशी पाठीमागं जाऊन त्येच्या शेपटीचा गोंडा वडू लागली.

दोन्ही पिल्ली कौतुकानं बाजूला बसून आईबाऽचा खेळ बघू लागली. खोटं खोटं भुकू लागली.

वड्याच्या पलीकडचा लालू पवार घराकडनं रानात काशा काढाय आला. त्येच्याबरोबर त्येची बारीक हाडापेराची तीन-चार कुतरी. त्येला शिकारीचा नाद.

त्येंचं थोरलं कुतरं हुंगत कुळीवलेल्या वावरात वड्याच्या अलीकडं आलं. चंपीनं ते बघिटलं नि ती नाम्याकडं बघत गुमानच त्येच्याकडं पळाली... नाम्या बिन भुकताच त्येच्याकडं वाघासारख्या झेपा टाकत पळाला नि त्येला एका दणक्यात चारी पायांखाली घेटलं. लालूचं कुतरंबी हलकं न्हवतं. पायाचा चावा घेऊन चाटकरून वर आलं. समोरासमोर दोन्ही वाघागत हुबी ऱ्हायली. गुरगुरणं चाललं. चंपी पाठीमागनं गेली नि तिनं लालूच्या कुतऱ्याचा पाय धरला. कुतरं मागं वळलं नि नाम्यानं त्येच्यावर उडी घेटली. जबड्यात माना अडकू लागल्या. एकमेकाला वरखाली घेऊ लागलं. अंगावरची केस तोंडात येऊ लागली.

लालूची नजर गेली नि त्यो पळत आला. त्येंच्या मागोमाग कुंबळाच्या झाडाबुडी चाण्ण्यांवर टपून बसलेली त्येची बाकीची कुतरी आली. लालूनं दगडावर दगडं घालून दोघांस्नी दोन्ही बाजूला केलं. नाम्या जरा रानाच्या आतल्या बाजूला येऊन थांबला... अचानक चारीच्याचारी कुतरी येऊन त्येच्यावर ठेपली... चंपी पार लांब मागं पळाली. पिल्ली तर माळावर जाऊन पाठीमागं बघू लागली.

नाम्याच्या भवतीनं चारी कुतऱ्यांचा गराडा. हत्तीकडं बघावं, तशी त्येच्याकडं बघू लागली. ह्यो सरळ हुबा ऱ्हाऊन अर्धे डोळं मिटून गुरगुरू लागला. शेपूट तशीच झुबक्यासकट वर. हलायलाच तयार न्हाई... कुत्र्यांस्नी आपलं अवसान कळलं. लालूनंबी त्यांस्नी बलीवलं... जीव आतल्या आत ठेवून वरवर भुकत मागं फिरली. हळूहळू आबात निघून गेली. ह्यो तिथंच हुबा.

कुतरी वड्याच्या पलीकडं गेल्यावर परत फिरून माळावर आला नि काय झालंच न्हाई असं समजून चंपीबरोबर खेळू लागला. मगापासनं येडबडून बसलेली पिल्ली मोकळ्या अंगानं उगंचच हिकडं-तिकडं पळू लागली.

लालूची कुतरी पुन्ना कुंबळाच्या झाडाखाली चाण्ण्यांवर टपून बसाय गेली. रोज काय ना काय धरून खातेली. मन नि पाय थारी न्हाई. रिकामी असली तरी कान झाडून कानांतल्या नि मानंवरच्या गोमाशा उठीवत्यात नि वरच्या वर तोंडात धरून चावून मारत्यात... कुंबळाच्या झाडाखाली सारखी वर बघत एकमेकांसंगं खेळत हुती.

दुपारची जेवणं आली नि तिन्हीबी कुळव सोडलं. बैलं, रेडं, पाडी गोठ्यात न्हेऊन बांधली. त्यांस्नी पाणी पाजलं. वैरणी घाटल्या नि तिघंबी जेवायला बसलावं.

जेवणं झाली. चिलमी वडल्या. जनावरांस्नी आणि जरा वैरणी टाकाव्यात नि डुलकी काढावी म्हणून गोठ्याकडं गेलो. सगळी जनावरं हुबी ऱ्हाऊन वैरणी खाईत हुती. बैलं हुबी, रेडं हुबं; पर दोन्हीबी पाडी वैरण तशीच फुड्यात ठेवून मुटका मारून गडद बसलेली. मला हासं आलं.

...कवा न्हाई ते नांगरटीतनं कुळवाला फेसाटून काढली हुती. पायांत गोळं आलेलं असणार. हुबी ऱ्हायली की पाय थरथरत असतील. तोंड उघडायचीसुदीक विच्छा न्हाई... खाऊन नुसत्या उड्या मारायला पाहिजेत. फोंड्या माळावरची गाडी सलपी गेली. भडव्यांनू, गाडी कवातरीच तुमच्या नशिबात हाय. हे असलं कुळव नि नांगूरच तुम्हांस्नी जलमभर वडावं लागणार हाईत. मग ओपला आलेल्या चार-चार गाई जरी तोंडाम्होरं आणून हुब्या केल्या तरी हुंगणार न्हाईसा... खुशाल गळ्यात गळं घालून दावणीला पडशीला – आणि असाच चार दीस दोन्ही वक्ताला कुळव माराय पाहिजे. मग पाडीनं ढुशा दिल्या तरी उठणार न्हाईसा.

दुपारनं त्येंचा कुळव धरला न्हाई... झालं तेवढं रग्गड झालं.

दीस बुडला नि घोडं आणाय गेलो... कुठं दिसंनाच. फोंडा माळ. एक विडा मधनंच गेलेला. त्येच्या वताडात कुठंतरी चरत असंल असं वाटलं. वताडं धुंडता-धुंडता किनीट पडली. तरीबी कुठं गावंना... एका डोळ्यानं अंधळं. कुठं भरकटत गेलं कुणाला ठावं? खोपीकडंबी दुपारी पाणी प्यायला आलं न्हाई. खरं म्हंजे चरून-चरून कट्टाळलं की, पाणी प्यायला खोपीकडं येतंय. पर आज दीसभर न्हाई... तळ्याला जाऊन पाणी पिऊन आलं असंल. एखाद्या वक्ती तळ्याच्या काठानं हिरवाट दातलत तिथंच चरत असायचं.

तळ्याकडं जाऊन आलो. तिथंबी न्हाई... तिटकारून कुठं माळामाळानं गेलं तरी नसंल?... जाऊ दे तिकडं. न्हाई तरी मालकाला ते नगंच हाय. कुणाला त्येचा उपयोग हाय? कवा आलं तर येईल सकाळनं... किती केला तर त्यो नावाचा म्हारुती. ना बायकू ना पोरं. जलम तसाच. आता तर काडीचा फायदा न्हाई... गेलं बरं झालं.

तास रातीला परत आलो. कोंबड्याची पिल्ली दाराच्या तोंडाला येऊन बसली हुती. ती डालली. आज आणिबी एक पिल्लू कमी झालं हुतं... बैदाच झाली. आताशा ती कोंबड्याला सोडून कुठंबी कळपानं चरत जायची.

...रात चढत चाललेली. चांद वर ढगांतनं पांढरं उधळत भराभरा चाललेला. मी घोंगड्यावर एकटाच. सित्या भाकरी कवा घेऊन येतोय कुणाला दखल?... पोटात रातची भूक.

आठ

सकाळनं उठून ढोरांची शेणं भरली. वैरणी टाकल्या. म्हशीची धार काढून ठेवली. च्या पिऊन सित्यानं नि गंग्यानं कुळव धरलं... पाड्यांचा आज कुळव धरला न्हाई. कालच भेंडाळली हुती. आज एखाद्या वक्ती गुडघंमिठी येतील म्हणून कुळव बिन धरताच उसात पाला काढाय गेलो. भाराभर काढला म्हंजे औतं सुटल्यावर दोन-दोन पेंड्या पर्तेकाच्या वाटणीला येत्यात. तेवढाच हिरवा चारा.

मालकीणबाई दूध न्ह्यायला आली... एक-एक पिल्लू कमी हुतंय म्हणून तिनं आज चार पिल्ली बाजारला इकायला न्हेली. हिकडं-तिकडं दोन म्हैन्यांत त्येंच्या तलंगा झाल्या असत्या.

भर बारा वाजता कुळव सोडलं. मी उसातनं पाल्याचा भारा घेऊन आलो. मालकाच्या पोरानं माझं जेवाण पोचतं केलं हुतं. सित्याचं नि गंग्याचं जेवाण सित्याच्या बायकूनं आणलं हुतं.

पाण्याचं पीप अर्धच हुतं... ढोरांस्नी पुरंल का न्हाई कुणाला ठावं, असं वाटलं. बैलं मांडवाम्होरं आली नि सित्याला म्हटलं, ‘‘चार मोटा पाणी काढलं पाहिजे गड्या.’’

‘‘का?’’

‘‘पिपात थोडंच पाणी हाय.’’

‘‘तेच दाव आता खडूळ न करता. बारा वाजून गेल्यात. पोटात काय न्हाई.

बैलं कैंगटून गेल्यात... दुपारनं मोटाच धरायच्या हाईत. त्या वक्ताला भरपूर पाणी पाजाय येईल म्हणं.''

त्येचंबी खरं हुतं. मी कायच बोललो न्हाई. सरळ बारडी घेऊन पिपाकडं गेलो... अर्ध पीप समद्या ढोरांस्नी पुरवायचं... आदूगर शेरडांस्नी दावलं पाहिजे. ती कुणाचंच उसटं पाणी पीत न्हाईत. उगंच उरलेलं पाणी वतायची पाळी नगं. ढोरांच्या तोंडचा त्यांस्नी वास मारतोय.

पोटं भरून शेरडं पाणी प्याली. म्हशीला दावलं. ती पोटभर प्याली. रेडी वळंबं घ्यायला लागली म्हणून तिच्या फुड्यात बारडी ठेवली. कडब्याचा बुकणा ढीगभर चिकटलेलं तोंड तिनं बारडीत बुडविले. मुस्सऽ करून वर काढलं. पाणी प्यालीच न्हाई. नुसतं सगळं पाणी घाण करून ठेवलं. मग तीच बारडी बारक्या रेडकाच्या फुड्यात ठेवली. तेबी त्या पाण्याला तोंड लावायला तयार न्हाई... मग ती बारडी फटागडीच्या अंगावर वतून उनाचं तिला गारगार करून टाकली... दोन्ही रेडकांस्नी तसंच ठेवलं.

चाण्याच्या फुडं दुसरी बारडी आणून ठेवली. त्येला बारडी धुऊन आणून ठेवावी लागती. कुणाचंच उसटं पाणी पीत न्हाई. सगळी बामणी तऱ्हा... बैलांस्नी नि रेड्यांस्नी पाणी आणून दावलं. म्हालिंग्या बारडी फुड्यात ठेवल्यावर उठला. पाण्याकडं बिन बघताच तोंड आत बुडविलं नि चुर्रऽचुर्रऽ करत बोतऱ्या तोंडानं बारडीतलं पाणी सपवून टाकलं. दुसरीबी बारडी जवळ-जवळ मोकळी केली... बिन चावता तेवढंच त्येला पोटात भरपूर घालता येत हुतं. पर पाण्यासाठी कवा वड न्हाई. खुशाल आपला आपल्यात बसून असतोय. माणसाला वाटावं, त्येला ताऽन न्हाईच... बाकीची ढोरं पाण्यासाठी माना दाव्यांतनं तोडून घ्यायला बघत्यात. शेजारच्या ढोराला पाणी पाजतानं त्यात आपलं मुस्काड बुडीवत्यात. एखाद्या वक्ती दोन्हींच्या मधी बारडी सांडूनबी जाती... मग मार खात्यात. तरीबी वळंबायचं. काय थांबत न्हाईत. पर ह्येचं न्यारंच.

पाणी पुरलं. समद्यांस्नी वैरण टाकल्या नि जेवायला मोकळा झालो. तवर सित्यानं हिरीवर जाऊन मातीची घागर भरून आणली. सित्याच्या बायकूनं जेवणातनं सांडगं तळून आणलं हुतं... कोरभर भाकरी चढ गेली.

जेवणं करून तंबाखू वडतावं तवर लालू पवार उनाचंच आला.

''काय गा लालूमा?''

''जेवणं झाली का?''

''आताच झाली न्हवं का.''

''मग जरा कुतरी बांधून घाल की तुझी.''

''का गा?''

"काय एखादा ससाबिसा गावतोय काय बघू या की उसात."

...दुपारच्याला तेवढीच गंमत उसात बघायला मिळणार हुती.

चंपी शिकारीच्या वक्ताला खोपीजवळ हुबी ऱ्हाऊन भुकती... लालूची कुतरी आपल्या उसात येऊन शिकार घेऊन जात्यात हे तिला खपत न्हवतं. त्यापेक्षा आपल्या हद्दीत आलेली कुतरी तिला सोसत नव्हती. तसल्यात लालूची कुतरी खोटी. चंपी कवा चुकून त्येंच्या हद्दीत गेली, न्हाई तर एकटी गावली तर ती तिला चावायची... नाम्या असंल तर मातूर गांडीत शेपट्या घालून लालूच्या भवतीनं-भवतीनं घोटाळत हुबी ऱ्हायाची.

येतानं लालबानं आपली कुतरी आपल्या घोडं-खोपीत कोंडून ठेवून बाहीरच्या बाजूला आपली दोन पोरं बसीवली हुती. न्हाईतर त्येच्या मागनंच ती आली असती.

चंपीला तुकडा टाकून मी जवळ बलीवलं नि दाव्यानं बांधून घाटलं. लालबा चिलीम वडून आपली कुतरी सोडायला शेताकडं गेला.

घटकाभरात पोरांनी 'वंटाल्ल्योऽऽ फोक्शाल्ल्योऽऽ' करत कालवा सुरू केला. कुतरी उसाकडंला आली नि चंपीला वास आला. तिचा जीव खाली-वर होऊ लागला. चैन पडंना. दोरीला वड लावून कुंईऽ कुंईऽ तक्रार कराय लागली... गळ्यात दोरी रुतून ठसकं लागू लागलं. तरी वड थांबंना. अधनं-मधनं भुकाय लागली. मी पुन्ना एक तुकडा टाकला नि काय तरी करू दे म्हणून लालू उसाच्या खांडाजवळ हुबा हुता तिथं गेलो.

पोरं वरडत उसातनं आडवी-तिडवी पळत हुती.

"ऊस मोडशीला रेऽ."

"न्हाई-न्हाई."

कुतरी पोरांच्या पाठीमागनं जात-येत हुती. उसाच्या पाल्याची पर्वा न करता खांडपाटानं आडवी-तिडवी पळत हुती. वास-वास-वास करत चारी बाजूंनी सऱ्यांतनी बघत हुती. ऊस कमरंबरोबर लागलेला. त्यातनं कुतरी पळताना दिसत न्हवती. पर ती पळताना ऊस मातूर थरथरून हलत जायचा. सांगून ठेवल्यागत कुतरी एका कडनं रान धरून फुडं-फुडं जाईत हुती. पोरांचा आरडा. लालबा अधनं-मधनं "आरं धाऽऽर" म्हणून वरडत हुता. कुतरी चेवत हुती. खोपीतनं चंपी भुकत हुती... ससं आतल्या आत घाबरून कसं बसत असतील कुणाला दखल? एरवी नुसती पानं वाजली तरी दन्नाट पळत्यात. एक-एक उडी दोन-दोन वावाला. कापसाचा गोळा अंतराळी उडल्यागत... पाणी पाजाय लागलं की, हराटीच्या ठिगळांतनं टुन्न करून उडत्यात. पायांतच येऊन गडबडीनं पळत्यात... कान केवड्याच्या कवळ्या पानांगत टवकारलेलं. मिशा सारख्या वळवळतेल्या... आता कुतरी पाठी लागल्यावर काय करत्यात कुणाला ठावं?

तीन खांडं पोरांनी नि कुतऱ्यांनी पालथी घाटली. आता नुसतं एक खांड ऱ्हायलं तेबी खोपीकडचं.

"आता गा कुठला लालूमा ससा गावंल?"

"का?"

"एवढ्या खोपीच्या जवळ कुठला आलाय?"

"त्येचा काय नेम न्हाई. कुतरी वड्याकडंच्या खांडानं हुडका काढत आल्यात; एखाद्या वक्ती वर सरकत हितं आलेलाबी असायचा.'

चारी खांडं हुडकून कुतरी लालूजवळ एका जागी आली. जिभा बाहीर काढून लळालळा करत हुबी ऱ्हायली... लालभडक लांब जिभा. पोटं भकाळीला गेलेली. खालीवर धाप्या देताना त्येंची पोळी होऊन चिकटतेली. शिकार मिळाली न्हाई म्हणून तोंडं तशीच आ. वर ऊन रणरणतेलं. पोरांनी डोसक्यांवरच्या गांधी टोप्यांनी तोंडावरचा घाम पुसला... कुतऱ्यांस्नी चैन पडंना. दमली हुती तरी उगंचच एखादी फेरी मारून उसातनं जाऊन लगीच परत यायची.

"...वड्याच्या कोपऱ्यावर एखाद्या वक्ताला फड्यात ससा गावंल बघ." मी म्हणालो.

"ते कसं काय?"

"एकदा रातचं बघिटला हुता. उगंच गाढवं आल्यात का बघायला म्हणून खंदील घेऊन गेलो हुतो तर खंदिलाकडं बघत तसाच बसला. जवळ गेलो तर हळूच फड्याकडं पळाला."

"बघायला पाहिजे तिकडं जाऊन एखादं बीळबिळ हाय का."

खोपीतनं चंपी भुकतच हुती. लालबाची कुतरी सांगून ठेवल्यागत बिनभुकता गपगार हुती. पोरं पाणी पिऊन वड्याकडं जायला निघाली.

वर ऊन खुळं झालं हुतं. पोरं खालनं फड्यांच्या पानांस्नी बडवत फुडं चालली. पानांवर काठ्याचं झपाझप आवाज येत हुतं. पानांचं काटं एकाएकी भाला लावल्यागत काच्चकरून कुतऱ्यांस्नी टोचायचं. तरीबी कुतरी हुंगत हुती. अधनं-मधनं बिळं लागत हुती. त्यातनं पोरं काठ्या घालून हलवत हुती. वर काढून पुन्ना जोरानं आत सारत हुती... आरडावरडा चाललाच हुता.

वड्याचं फडं सपलं तरी कायबी न्हाई. कुतरी तशीच फुडं सरकली. दाटकिर्र घाणीरडं लागलं. वागाट्याचं याल पसरलेलं किंजाळ लागलं... येडबडून गेलेला एक ससा घाणीरड्याच्या गड्ड्यातनं वागाट्याच्या किंजळात शिरला.

झालं. थोरल्या कुतऱ्याचं डोसकं बिघडलं. किंजळाभवतीनं रगतं आटवणारी चार कुतरी जमली... ससा गेला खरा, पर किंजळात कुठं दिसंचना. थोरलं तांबडं कुतरं डुकरागत मुसांडी मारून आत घुसलं... घुसलं ते पार आत गेलं. ससा कुठंच

दिसायला तयार न्हाई. कुतऱ्यालाबी बाहीर यायला येईना. किंजळात पार अडकून पडल्यागत झालं. त्येची त्येलाबी काळजी न्हवती... अचानक ते उकराय लागलं नि सशानं किंजळातनंबी बाहीर उडी मारली. बाळ्या कुतऱ्यानं त्येला अल्लादी झेलून घेटलं. उरलेल्या दोन्ही कुतऱ्यांनी बाळ्या कुतऱ्याच्या तोंडावर झडप घाटली... बाळ्याच्या तोंडात सशाची बरोब्बर मान हुती. काळतोंड्यानं त्येच्या अंतराळात थडफडून झाडणाऱ्या पायांतला एक फरा धरला. पांढऱ्यानं त्येचं पेकाट धरलं नि तिन्ही कुतरी तिन्हीकडं वडू लागली... ससा रंगीत होऊ लागला. मान झाडू लागला. त्येचं तोंड बघवंना झालं. कुतऱ्यांनी त्येच्या क्याऽ क्याऽर आरडण्याकडं ध्यान न देता त्येच्या चिंध्या केल्या... घटकाभर लालूनं त्येच्या धडपडीची मज्यात वाट बघितली. त्येची चटणी झाल्यावर मधी पडला. कुतऱ्यांच्या पाठीवरनं हात फिरवत त्येंच्या तोंडांत हात घालून अखेरचं वळवळणारा ससा आपल्या हातात घेटला. त्येच्या गळ्याबुडी खच्चून दाबलं. हात तसाच धरला. धडपड बंद हुईत गेली. आखडलेलं पाय लांब-लांब झालं.

पोरांचं तिकडं ध्यान न्हवंतच. ती ससा ज्या घाणीरड्यातनं वागाटीकडं पळत गेला तिथं धुंडत हुती. तांबडं कुतरं तसंच मागं सरकत सरकत वागाटीच्या काट्यातनं वरबडून घेत बाहीर पडलं हुतं. ते पोरांमागनं गेलं.

पोरांनी "आरं, हाईत. आरं, हाईत – " करत घाणीरड्यात मुसांडी मारली नि चाण्णी-चाण्णीएवढी सशाची दोन पिल्ली बाहीर काढली. लालूच्या भवतीनं तीन कुतरी घोटाळत हुती ती पोरांच्या अंगावर धावली.

"दे टाकून."

पोरांनी मासाचं तुकडं टाकल्यागत चारी कुतऱ्यांच्या फुडं टाकली. कुतऱ्यांनी त्येंचं लचकं तोडून बघता-बघता खाऊन टाकली.

"काय म्हणून गा त्या पिल्ल्यांस्नी कुतऱ्यांच्या फुडात टाकलंस लालूमा?"

"तर त्येंचा काय उपयोग? ती का चाऱ्यावर जगली असती? एवढीएवढीशी पिल्ली. आईबिगार कुठली जगत्यात ती."

बोलून लालूमा तसाच आपल्या रानाकडं चालला. चारीबी कुतरी पोरांच्या मागनं झुडपं हुंगत, जिभा चाटत चालली... शिकार बघताना गंमत वाटंल असं वाटत हुतं. पर मन इदळून गेलं. ऊन लई झालं म्हणून खोपीकडं गेलो.

बांधलेलं दोरीचं पेंडकं तोंडानं कातरून चंपी घाणवडीवर आली हुती. वड्याकडंच्या कुतऱ्यांस्नी वर मान करून भुकत हुती. बैलांस्नी पुन्ना वैरणी टाकल्या. शेरडं माझ्याकडं बघत हुबी हुती. मी त्येंच्याकडं बघत हुबा ऱ्हायलो. म्यांऽ करून वरडली. पाढरं करडू सशासारखं वाटत हुतं. उठलो. त्येच्या अंगावरनं हात फिरीवला नि सगळी शेरडं सोडली. आकडी खांद्यावर टाकली नि त्यांस्नी मागोमाग घेऊन गेलो.

कवळालूस हुंबराचा पाला आकडीनं खसाऽसा कापला... ढाळं आभाळातनं अंतराळी पडल्यागत वाऱ्यावर पवत खाली येतेलं. ढाकी मोकळी-मोकळी हुईत जातेली. हुंबराची नजर वरच. एकटेपणाची... खाली त्येच्या पाल्यावर करडं नि शेळी खूश झालेली.

पाणी उडाल्यावर तासभर दिसालाच दुपारच्या मोटा सोडल्या. मालक येऊन घाणवडीवर वारा खाईत उच्चीवर बसला हुता... डोळ्यासमोर उसाचं पीक डुलत हुतं. गडी मोटा मारत हुतं. पाणी पाजत हुतं... सगळं जिथल्या तिथं चाललं हुतं.

पाण्याला आट गेल्यावर मी हात-पाय धुवून खोपीकडं गेलो. खोपीत बसून जरा तंबाखू वडावा असं वाटलं.

"नारबा."

"आलो."

"घोडं आलं न्हाई वाटतं अजून?"

माझ्या डोसक्यात एकदम उजेड पडला. घोडं डोसक्यातनं गेलंच हुतं. रातचं जाऊन सित्यानं मालकाला सांगिटलं हुतं.

"अजून कुठं दूमच न्हाई त्येचा."

"गेलं तर जाईना खरं. ते काय आता धार देणार हाय थोडंच – डोंगराच्या करपाडीला-बिरपाडीला तर गेलं नसंल?"

"गेलं असतं तर परत आलं असतं. पाणी कुठं हाय तिकडं?"

"काय झालंय कुणाला दखल? एखाद्या वक्ती ठेचकाळून पडायचंबी कुठंतरी. उगंच बघून तरी ये डोळ्या उजेडी."

"हांऽ"

चिलीम इझवून मी माळानं उगंच फिरत चाललो. दीस डोंगरावर नुसता वावभर ऱ्हायला हुता. वड्या-वताडातनं बघत डोंगराकडं चाललो. डोंगर मैल-दीड मैल हुता... तळ्याकडंच्या बाजूला सगळं लवाणच हुतं. तिकडं नजर टाकली की, भवतीचा सारा सपाट माळ दिसत हुता. पुन्ना तिकडं जाऊन हुडकायची काय गरज न्हवती. पिंपळाच्या झाडाबुडी तर काय जनावार-बिनावार दिसत नव्हतं. तसाच आडव्या वताडातनं पुन्ना एकदा हुडकून आलो नि फुडं चाललो.

पलीकडच्या बाजूला तेल्याचं रान लागलं. रानाच्या उशाला दुंडाप्पा तेल्याचं बांधलेलं थडं. ढोरंराख्या पोरांनी त्येची दगडं काठ्या घालून उलथून टाकली हुती. रानातनं तसाच फुडं डोंगराकडच्या बाजूला चाललो.

काय मनात आलं कुणाला ठावं? पायशाच्या बाजूला तेल्यानं एक हीर भलतीच खोल-खोल खणून पाणी लागत न्हाई म्हणून सोडून दिली हुती. सगळा

पैसा त्या खड्ड्यात गेला हुता. त्येनंच तेल्यानं हाय खाल्ली नि दोन सालातच जीव सोडला.

...किती केलं तर माळरान. बुडी नुसतं तांबूळच लागत गेलं. पाण्याचा एक ठेंब न्हाई. भवतीनं सखाल भागात वळवाच्या पावसानं हिरवाट आलं हुतं. हिरीच्या काठाकाठानं तर मुगुरा दाट आलेला.

उगच आत नजर टाकली नि त्या खोल-खोल हिरीत चार पाय बांधून टाकल्यागत घोडं पडलेलं दिसलं. काळजाचं पाणी झालं... आयला गेलं घोडं! आता कुठलं काढायला येणार हे. हिरीला पायरी तर एकबी न्हाई. सगळं दराड ढासळून गेलेलं... एवढ्या उच्चीवरनं खाली आदळलंय. हाडांचा खुर्दा झाला असणार. ना जोर, न जीव.

डोंगराकडंच्या बाजूनं खाली ढासळलं हुतं. तिथं पाय उठलेलं. ढासळत गेलेल्या मातीचा पाट खालपतोर दिसतेला. दरडावरनं त्या बाजूला उगवलेली झुडपं खाली चेपली हुती... अंधळा डोळा हिरीकडंच्या बाजूला असणार. हिरवाट दातलत-दातलत अल्लादी कडंला आलेलं. पाय घसरल्याबरोबर काळजी बिनकरता खुशाल कोलमडलेलं दिसतंय. अंग आवरून धरायला जोर कुठं हाय?

उगंच खडा मारला. "म्हारूत्याऽ" म्हणून हाक मारली. तेवढीच मान वर करून त्येनं चांगल्या डोळ्यानं बघिटलं नि भकास होऊन मान हुती तशी टाकली.

परत जाऊन मालकाला सांगिटलं. सगळंच हिरीकडं चाललावं. मी एका बगलंत नदीच्या गवताच्या साताठ पेंड्या घेटल्या. काखंत सोंदराच्या दोन खोपऱ्या घेटल्या. एका हातात पाण्यानं भरलेली बारडी घेऊन चाललो.

"आयला, जीव द्यायलाच हिकडं आलं हुतं का कुणाला दखल?" त्येला बघून मालक म्हणाला.

"म्हारुत्याऽ" सित्यानं हाक मारली.

घोडं नुसतं पडून ऱ्हायलं. अंधार पडत चालला. हिरीत तर जास्तच दाट काळूखं साठाय लागलं.

"पैल्यांदा पाणी पितंय काय बघू या." मी म्हटलं.

"बारडी त्येच्या तोंडाजवळ जाईल कुठली? दरडाला घसटून सांडून जाईल." मालक.

"बघू या तरी. गेली तर गेली. अर्धी बारडी तरी त्येच्या तोंडात पडंल."

बारडी दरडाला हेंदकाळत, सांडत घोड्यापासनं दीड वाव लांब टेकली... वरनं शीट घाटली. उठंल असं वाटलं; पर बारडीकडं बघायलाबी तयार न्हाई. बारडीला झोकं द्यायची खटपट केली. खोलीमुळं झोका द्यायलाच येईना.

शेवटाला बारडी कशी तरी घोड्याच्या तोंडाजवळ गेली नि नुसतं वंजळभर

पाणी तिच्यात उरलं... घोडं बारडीला हुंगायलाबी तयार न्हवतं. घटकाभर वाट बघितली; खडा मारला. तरी काय मान वर न्हाई.

"मरू दे तिकडं. घे बारडी वर." कट्टाळून मालक म्हणाला.

मी गवताच्या पेंड्या सोडून त्येच्याकडं टाकल्या. काय थोड्या त्येच्या अंगावर पडल्या. दोनतीन तोंडाजवळ पडल्या... अंगावर पडलेल्या पेंड्या तशाच. अंग झाडायलाबी तयार न्हाई... अंगावर तरुणपणात गोमाशीसुदीक बसू देत न्हवतं. आता पेंडीकडं बघिटलंसुदिक न्हाई.

"मरणार आता ते."

"मेल्यात जमा त्येची मागच्या सालीच झाली हुती. उगंच आपला पडलेला चगाळ-चोथा खाऊन जगतंय तर जगू दे तिकडं म्हणून देवानं ठेवलं हुतं झालं."

बोलत खोपीकडं चाललो.

"हाडं चेचून गेली असणार."

"समदाच खुर्दळा झाला असणार. पाय मुरगळून मोडून निकामी झालेलं असणार. पाठीचं, एखाद्या वक्ती खुब्याचं तुकडंबी झालं असतील... म्हणूनच उठत न्हाई." मी भळाभळा बोललो.

"निदान वैरण तरी खायला काय झालं हुतं त्येला?" सित्या.

"दाढवान सरळ असलं तर वैरण खाणार. एखाद्या वक्ती तेबी मोडून निकामी झालेलं असायचं."

"हिरीला वाट करून आणलं तरी वर यायचंच न्हाई, न्हाई?"

"खुळा का काय? तेवढ्या खर्चात दुसरा घोडा येईल." मालक.

अंधार चढत जायच्या बेतात हुता. वस्तीवर चंपी भुकाय लागली म्हणून लगालगा चाललावं. वताडातनं पलीकडं आलो नि वाव-दीड वाव लांबडा आमच्या आडवंच नाड्याचा पिवळा तुकडा पळाल्यागत मावळतीला सरकत गेला.

"काठी हाय का, सित्या?" मालक.

"आता ह्या वक्ताला कुठली?"

"जाऊ दे तिकडं. तिन्हीसांजची येळ हाय. देवा म्हणून बाहीर पडलं असंल ...ढामीण तर हाय. आम्हांस्नी काय तरास देणार हाय थोडीच?"

उदास वाटत हुतं. माळ काळा हुईत चालला हुता.

आठ-नऊ दिसांनी घोडं मेलं. पैलं दोन दीस मी नि सित्या गेलो. झुडपाला सोंदूर बांधून खाली उतरलो. घोड्याला उठवून हुबं करायची खटपट केली. पर त्येची जगात ऱ्हायाची वासना सपल्यागत वाटली. हाडांचा चुरा झाला हुता. पाणीबी

प्यायला तयार न्हवंत. वैरण तर बंदच. दोन-चार दीस गेल्यावर डोळं पोखरून न्हेल्यागत आत-आत गेलं. अंगावर कसल्या काळ्या माशा बसू लागल्या. मग रोज नुसतं बघून येणं.

पाच-सात दिसांनी पेटात पेट दोन पाऊस झालं. आडवं-हुबं वारं आलं. हूंऽ म्हणून वावटुंळ उठवत पाऊस झोडीपला. घोड्याचा खुदबा भरपूर झाला. दुसऱ्या दिशी मेल्यागतच पडलं. अंगावर दरडाची माती, पाला पाचूळा. त्यो हालत हुता म्हणून जितं हुतं म्हणायचं. रेडं-बैलं लावून शेंदून काढलं असतं, तर दरडाला घासून अंग सगळं सालटून गेलं असतं. मग दोन दीस आदूगरच हालहाल होऊन मेलं असतं. म्हणून मालकानं त्येला तिथंच मरू दिलं... आलं एकटंच नि मेलंबी एकटंच. मालकानं कुठनं पंढपूरच्या वारीला गेल्यावर आणलं हुतं. मला त्येची आईबी ठावं न्हाई नि बाऽबी ठावं न्हाई. म्हातारपणी त्येलाबी ते ठावं हुतं का न्हाई कुणाला दखल?... फुडं-फुडं ते आपूण घोडं हाय हेच इसरून गेलं असणार. कारण जवळपास एक म्हटली तर एक घोडी न्हवती. बरोबर बसायला, उठायला दुसरं एखादंबी घोडं न्हाई. सगळी ढोरचं. बैलं, रेडं, म्हसरं, गायरं, शेरडी, कुतरी नि कोंबड्या. त्येच्याबरोबर जेवाय-खायचं. वैरण-कांजी खाऊन मातीच्या रंगीत घोड्यागत गप बसायचं....

मेल्यावर चार दिसांनी फुगून फुटलं. त्येचा वास भवतीनं पसरला. मेल्यावरच्या गणगोतांस्नी आवातणं गेलं. हिरीजवळच्या जुन्या पिप्परणीवर काळं झुंडच्या झुंड येऊन बसलं. त्येंच्या बसण्यानं चिंध्या झालेली दांडगी छत्री उघडल्यागत झाड झालं. काळ्या कापडाचा एखादा तुकडा उडायचा नि हिरीत उतरायचा. खाऊन न्हाई, तर एखादं आतडं घेऊन झाडावर यायचा. – पांढऱ्या बामणी घारी आभाळातनं सरळ हिरीत झडपायच्या. टोची घालून मांजरपाटागत पोट फाडायच्या नि आतलं धाग्या-दोऱ्यांनी भरलेलं आतड्याचं बोचकं बाहीर वडून काढायच्या. पर कावळ्यांगत घोळक्यानं यायच्या न्हाईत. एकट्या... एकट्या. कावळ्यांस्नी त्येचा फायदा मिळायचा. बोचकं बाहीर आलं की, एक कावळा पाठीमागनं कासूटा वडल्यागत घारीची शेपूट वडायचा. ती वैतागून त्येच्यावर धावायची. तवर दुसरा कावळा तिनं मोकळं करून ठेवलेलं मांस पळवायचा. असा तिघांत हुतूतूचा खेळ चाललेला.

थंडपणानं पोखरलेल्या डोळ्यांनी घोडं बघतेलं... कट्टाळलेल्या अंगाचा त्येलाबी कट्टाळा आलेला.

...घोड्यात गिधाडांचा शेर न्हवता. दोन-तीनदा ती फौजदार गावात चौकशीला आल्यागत येऊन गेली. काय जमत न्हाई, असं त्यांस्नी दिसून आलं. हीर तशी भरपूर खोल. रुंदाडीबी न्हाई. एखाद्या वक्ताला खाली उतरायला येईल. पर उडताना झपाटून वर यायला यायचं न्हाई. उडायसाठी पळत जायाला जागाच न्हवती.

तरीबी एक गिधाड काठावर बसून खाली वाकून बघत हुतं. त्येला तोंडाजवळ आलेला घास खायला मिळत न्हवता. खालनं वर येणाऱ्या घारीकडं बघत हुतं. खाली कावळ्यांच्या उठणाऱ्या पंगतीकडं बघून त्येच्या तोंडाला पाणी सुटत हुतं.

जवळ गेलो तरी उडंना... गुडघ्यापतोर पांढऱ्या पिसांची चड्डी. अंगावर इनामदाराचा पावसाळी दांडगा कोट. डोसक्याला गुळगुळीत टक्कल. मानंखाली कोंबड्यागत लाल-लाल गुलुलं. वाकून गळागत आत आलेली दणकट चोच. तिच्या भवतीनं फिरणारं गोळीगत डोळं... भ्याच वाटलं. त्येंच्या कत्ता ठावं हुत्या. ढोर तोंडाला गावलं की, वरनं किती जरी दगडं बसली, तरी ती उडत नव्हती. पोरांच्या पाठी लागत हुती. एवढी खाईत हुती, एवढी खाईत हुती की, त्यांस्नी उडायला येत न्हवतं... दगूड मारला तरी ते लांब जाऊन खुळांबून बसलं.

बरोबर आलेल्या चंपीनं हीर चारी बाजूनं हुंगली. तिलाबी आत उतराय येत न्हवतं. ती वर तुकडं आणलेल्या कावळ्यांच्या अंगावर धावून जाऊ लागली. पर कावळं तुकडं घेऊनच पळायचं. चंपी मन घालत ती जागा हुंगतेली.

...घोड्याच्या ढुंगणाकडंच्या बाजूला किडं जल्माला आलं हुतं... घोड्याचा जीवबी एखाद्या वक्ती त्येंच्या जल्माला गेला असंल. किड्यांचीबी हळूच माती हुईल. त्यातनं बारकी पाखरं, चिलटं, घुंगुरट्या जल्माला येतील. वाऱ्यागत जगावर मोकळ्या होऊन उडून जातील.

घोडं मेलं खरं कुणालाच काय वाटलं न्हाई. जुन्या खळ्याचा तिवडा तेवढा मोकळा-मोकळा दिसतेला... परवा दिशीच्या पावसानं त्येच्या बुडातली लीदबी व्हावून गेली. रानाला तेवढंच खत... सपलं घोडं. मालकाची घोड्याची हौसबी सपली.

नऊ

सुरात सूर दोन पाऊस भरपूर झालं म्हणून कामाची घाई सुरू झाली हुती. पेरणीचं दीस जवळ आलं हुतं. पर हिरीत पाणी न्हवतं. म्हणून बैलांची एकच मोट धरली. रेडं खताला जोडलं. एक गडी जादा सांगिटला नि पाण्याकडं जोडला. गंग्या नि मी खताकडं.

हगऱ्यातलं शेणखत पैल्यांदा भराय काढलं... एखाद्या येळंला पावसाचं पाणी येऊन हगऱ्यात बसलं म्हंजे समदीच अडचण; म्हणून हगरं मोकळं करायचं ठरीवलं. ढोरांचं श्याण, चघाळ-चोथा कुजून किट्ट झालं हुतं. खोरं मारलं की, धूर निघायचा. लचका पडला की, शेणाचा उबदार वास नाकात घुसायचा... लंबरबाज खत. नव्या पिकाला मेवा मिळणार हुता.

खताची गाडी भरतानं पिल्ली भवतीनं घोटाळू लागली. आता ती बरीच मोठी झाली हुती. त्यातल्या कोंबड्यांस्नी हळूहळू शिरगुऱ्यांचं तांबडं मोड दिसू लागलं हुतं. एकटं-एकटं पिल्लू धाडस करून जरा-जरा लांब जाईत हुतं. चरून येत हुतं.

खतात खत-किडं अंगठ्या-अंगठ्यागत मोठं. खोरं मारल्यावर खताचा ढपळा पायावर पडला नि आतनं वाफा निघाल्या. पायाला चाटदिशी चटका बसला. ऊन-ऊन जाळ खत. त्यात हे खत-किडं जितं. एवंढ्या खताच्या आत कुठनं गेलं नि कसं जल्माला आलं देवाला ठावं. एकट्यापुरती जागा करून एकटंच जल्मलेलं. ...खत खाऊन-खाऊन एकटंच मरून जायचं. मेल्यावर हुतं तसं पैलंचं पैलं खत. ओशिदाला

म्हटलं तर हाड न्हाई. रगात न्हाई. अंगात नुसतं काळं-काळं पाणी. अंग मातूर पांढरं.

कोंबड्यांस्नी हे चांगलं खुराक असतंय म्हणून उचलून पिल्ल्यांच्या फुड्यात टाकलं. त्येंची चंगळ... हातात घेटलं की, पाठीमागच्या पायांत मुंडकं घालून पैसा व्हायचं नि काय हुतंय ते होऊ दे म्हणून मुंडी मुरगाळून गप बसायचं. पिल्ली त्यांस्नी टोचून त्यांतलं काळं पाणी जाऊ द्यायची नि उरलेल्याचा फडशा पाडायची.

गरड लिंबावर कावळं वरडाय लागलं. हुंबरावर एक घारवन येऊन बसली. दर साली हगऱ्यातलं खत भरताना आवातनं दिल्यागत कावळं नि घारी येऊन बसत्यात... मलाबी जरा हुशार वाटलं.

मी लिंबाच्या बाजूनं आभाळात दोन किडं फेकलं. कावळ्यानं वरच्या वर एक टिपला. एक खाली दगडावर गार आपटल्यागत आपटून फुटला. कोंबडा पळाला नि त्येनं त्येची भाजी केली.

तीन-चार किडं पुन्ना फेकलं. ते बघून हुंबरावरची घारवन आभाळात उडाली नि हगऱ्याच्या सुमकानं खाली बघत वावडीगत तरंगाय लागली... पख्खं नुसती पसरलेली. पाय हलीवणं अजिबात न्हाई. हळूहळू मंदवाणी फेऱ्या निघत हुत्या.

खोरं मारून पुन्ना चार किडं काढलं. डाव्या हाताच्या मुठीत घेऊन एकामागोमाग एक असं चारदा उडीवलं. घारीनं पैलं तीन झपाट्यासरशी झेललं. चौथा झेलायला पायांत जागाच मोकळी न्हवती. त्यो खाली पडल्यावर कावळ्यानं पळीवला.

खेळाची गंमत वाटत हुती.

"एऽ नारबा, फुरं झाला खेळ आता. भर बुट्ट्या. मालक आल्यावर ह्यो तुझा खेळ बघून पायताणानं डोसक्याची केसं काढंल."

"हांऽ!" मलाबी आठवण झाली... मालक काल कोल्हापूरच्या त्या पाव्हण्याबरोबर मळ्याकडं आला हुता नि माळाची मापं काढून पाव्हण्याबरोबरच कोल्हापूरला गेला हुता. एखाद्या वक्ती आज गावातबी आलेला असंल. कवा मळ्याकडं येईल त्येचा पत्त्या न्हाई.

घसाघस आडवं खोरं मारून बुट्ट्या भराय लागलो. खतातनं धूर निघाय लागला. किडं पिल्ल्यांच्या फुड्यात पडाय लागलं. कावळं अधनं-मधनं पळवाय लागलं. कोंबडा पाठी लागू लागला. खोरं दणाणून चालाय लागलं. नाकावरचा घाम खतात पडाय लागला नि घटकंत गाडी शिगार भरली.

"ये जा भाताच्या वावरात सोडून."

"हां."

गंग्या गाडी घेऊन रानाकडं गेला. हुंबराबुडनं जातानं अचानक घारीनं झपाटा मारला नि एक किडा घेऊन गेली. गंग्या एकदम वरडला. हगऱ्याच्या काठावर माझं मलाच हसू आलं.

...नजर समदीकडं फिरली. लांब-लांब सप्पा पसरून पडलेली वावरं खताची

वाट बघत हुती. काय थोड्या वावरांत ढीग सोडलेलं. पंगतीला वाढलेल्या भाताच्या ढिगांगत ते एका वळीनं दिसतेलं... पोटभर जेवायला मिळाल्यागत रान तेवढ्यावर सालभर खूश. लाख हातांनी देतं. दोन हातांनी आम्ही घेणार किती?

तोंडाला कोरड पडली म्हणून उगंच मांडवासमोरच्या घाणवडीवर जाऊन पान खाईत बसलो.

चंपी खोपीच्या दारातोंडाला फुडच्या पायांवर मान ठेवून बसली हुती... परवा दिशी तिचं तांबडं पिल्लू कुणीतरी चोरून न्हेलं. नाम्यागत जंग नि झिपरं झालं हुतं. कुणीतरी धनगरांनी ते पळीवलं असणार... नाम्या आपल्या पोटी जन्माला आला म्हणून कुतरी खूश दिसायची. ती त्येला चाटून, एवढं दांडगं झालं तरी दूध पाजून माया करायची. पर तेच कुणी नेमकं न्हेलं. मलाबी ते मळ्यात ऱ्हावं, असं वाटतेलं. पर्तेक डावाला त्येला टाकभर शेळीचं दूध जास्तच घालत हुतो. मालकानंबी होकार भरला हुता.

पिल्लू कुणी चोरल्यावर मातूर मालकाला कायच वाटलं न्हाई.

"...मालक, कालधरनं झिपरं पिल्लू न्हाई."

"न्हेलं असंल कुणीतरी पाळायला. जाऊ दे तिकडं. एक-एक कमी होऊ दे. अजून एक पिल्लू हाय. कुतरी हाय."

मी गप्पच बसलो....

कुतरीला जवळ बोलावून तिच्या पाठीवरनं हात फिरविला. कानांतल्या एक-दोन तांबवा काढल्या. पायाला चिकटून ती डोळं मिटून पडली. म्हशीची नुकतीच धार काढली हुती. भरडा खाऊन ती पेंगत हुती. पाडी तुरुंगाची सजा दिल्यागत खाली बघून हुबी. तोंडाची म्होरकी आवळली हुती तरी चाण्ण्या तिच्याकडं तोंड करून दावणीत येऊन तिरका हुबा ऱ्हायला हुता. सोन्या गावचा पाटील जोत्यावर बसल्यागत आपल्याच धुंदीत. म्हालिंग्या खुट्टा धरून गप बसलेला. शाण्या माणसाच्या थंडपणानं रवथ करत हुता. अंगावर माशांचं एक काळं ठिगाळच्या ठिगाळ बसलेलं... त्यांस्नी शेपटीनं आता कशाला उठवायचं? बसल्यात बसू द्यात तिकडं. त्येंच्या मनाला समाधान वाटू दे, – माशांस्नी हे जणू कळलं हुतं. थोरली गाय माळाकडं बघत हुबी हुती.

अवचित माझंबी डोळं माळावर फिरलं. दोन-चार पावसानं माळ हिरवा हुईत चालला हुता. राघवाच्या पिल्ल्याला नुकतीच हिरवी पखखं फुटावीत, तसं दिसत हुतं. बाभळबोराटीची झुडपं पालवी फुटून रसरसलेली. वघळीतनं नि लवणातनं जास्तच हिरवं झालं हुतं. कसली-कसली नवी पाखरं माळावरनं उडत हुती. बारकं-बारकं माळकिडं टिपून पुन्ना वर येत हुती. शिळ्या घालत हुती. माळबी आभाळाकडं बघत पडला हुता... पाया पडून देवळातल्या देवाकडं बघत हुबं ऱ्हावं तशी थोरली गाय माळाकडं बघतेली.

मी उठलो नि तिला सोडलं. वळखीच्या घराकडं गेल्यागत ती माळाच्या हिरवाटाकडं सरकली. तिला बघून पाडी हंबरली... तिचा भरवसा न्हवता. सोडली की, उगंच माळभर पळायची; म्हणून शिंगाला दावं गुतीवलं नि तेच फुडच्या पायाला आखडून बांधलं नि पायकूट घाटला. मग सोडून दिली. तरीबी मान हलवत लगालगा थोरल्या गाईजवळ गेली... आता ती वरीसभरात पोराबाळाची आई हुणार हुती, तरी तिची आईच्या मागनं वासरागत चराय जायची सवं इसरली न्हवती.

दोन्ही गायरं सोडल्यावर म्हसरांचं अर्धं मिटलेलं डोळं उघडलं. अंगं झाडून उठून हुबी ऱ्हायली. म्हशीला जुना लोडणा बांधून तिन्हीबी सोडून दिली. बाजूच्या बारक्या खोपटातनं शेरडं सोडून माळाला ताणून दिली. बाभळ-बोराटीच्या झुडपांभवतीनं चिरमुरं खाल्ल्यागत ती पानं येचू लागली. व्हटांनीच खुडून व्हटांनीच खाऊ लागली.

...म्हालिंग्या बैल दावणीला ऱ्हायला. एखाद्या परक्या माणसानं गाव बघिटल्यागत माळाकडं मान वळवून बघाय लागला. डोळं कुठंतरी खोल-खोल चालल्यागत दिसलं. काय तरी गमावून बसल्यागत वाटू लागलं... हिरव्या माळावर कोण तरी नसल्यागत जाणवू लागलं.

त्येला उठवून सोडून दिला. येसण सोडून काढून टाकली... आता त्या येसणीचा कायबी उपयोग न्हवता. तिला कासरा लावायचं दीस सपलं हुतं... आता नुसतं शेपटीला धरून वडलं असतं तर म्हालिंग्या सरत आला असता. जलमभर त्येनं कवा तरास दिलाच न्हाई.

मोकळा केला नि कंड्याला धरून ढोरांत न्हेऊन सोडून आलो... थोरल्या गाईजवळ जाऊन जुन्या वळखीच्या सलगीनं घटकाभर हुबा ऱ्हायला. अगदी वर बघत. पाठीवर पावसाळी वंदटीचं ऊन घेत.

परत आलो तरीबी तसाच हुबा... घटकाभरानं दात घासू लागला. कवातरी घासायचा, न्हाई तर फुडंच जायचा... दात घासायची त्येची वासना दिसत न्हवती. आता थोडं दातबी गमावलं हुतं. गवताशिवाय नि मऊ वल्ल्या वैरणीशिवाय काय खावं असं वाटत न्हवतं.

...खरं म्हंजे त्येला ते कमीपणाचं वाटत असणार. माळाला चरायचं असतं उंडग्या ढोरांनी. बायकांनी. गायरा-म्हसरांनी. औताच्या बैलानं माळाला चरण्यात कमीपणा असतो. त्येला कापून आणलेली ऐती वैरण मिळत असती... शेंड्या-शेंड्याची, कवळी नि चवदार. खास पेरणी करून पाणी देऊन वाढीवलेलं बाटूक त्येनं खायचं असतं. तेबी रानातनं गड्यांनी खुरपून, दावणीत आणून टाकल्यावर. हे कोड-कौतिक मालकानंच पुरवायचं असतं. बसवराजा म्हणून बेंदराला पुजायचं असतं... आणि सोडलंच चरायला तर खास बांधाला. गुडघ्या-गुडघ्याएवढ्या गवतात. कवळ्या-कवळ्या मुगुऱ्यात नुसतं शेंडं मारत चरायचं.

सोन्या-चाण्ण्या दोघंच गोठ्यात ऱ्हायलं. एवढं झालं खरं सोन्या काय उठून हुबा ऱ्हायला न्हाई. चाण्ण्या मातूर माळाकडच्या गायरांकडनी मान तिरकी करून बघत हुबा ऱ्हायला.

बाकीची दावण मोकळी-मोकळी... एरवी दावी सारखी अवघडून गळ्यांस्नी टांगलेली. कढ आला तरी तसंच. जनावर खाली बसंल तवाच थोडा इस्वाटा. थोडा कढ गेल्यागत वाटायचं. तरीबी वड कायम. एखाद्या वक्ती दाव्याला एवढा तणावा बसायचा की, अंगातला एखादा पदूर आतडं तुटल्यागत ताटदिशी तुटायचा. खुट्ट्यांचंबी तसंच. मातीत कंबरंपतोर गच्च कोंबलेलं. भवतीनं हलचाल कराय जागा न्हाई. तसं हुईल म्हणून ऐदानानं सवणलेलं. एखादा दगूड अंगातबी घुसलेला. मुंडक्याला दाव्याची खच्चून गोफणमिठी. ढोरांच्या धडका खाऊन टक्कुरं झिणझिणून जायचं... पळून जायलाबी जागा न्हाई. एखाद्या वक्ती उरात दुभंगूनबी जायचं....

पर आता समद्यांस्नीच जरा बरं वाटतंय. पावसानं समदं ताजं-तवानं केलंय. गोठा वारा खायला मोकळा झालाय. फोंड्या माळालाबी सोभा आल्यागत झालीया. ढोरांचं काळं-पांढरं ठिपकं हिरव्या माळावर हलू लागल्यात. आभाळालाबी तीन-चार वळीव पाडून दिल्याचं समाधान झालेलं दिसतंय.

खत वडून गाडी माळाकडंच्या बाजूनं वर चढली नि खोपीकडं येऊ लागली... टिक्का रेडा माळाला सोडलेल्या ढोरांकडनी बघत-बघत खोपीकडं गाडी घेऊन येत हुता. काळा रेडा आपलं मानंवरचं जू काय चुकत न्हाई अशा हिशोबानं सरळ बघून फुडं चालत हुता. टिक्क्याचंच मन तेवढं खालीवर हुतेलं. त्येला वाटत असणार आपल्याबी गळ्याची सापती सुटावी नि आपूणबी चरायला पळावं... पर अजून हगरं भरून खत पडलं हुतं. गावातलं खत अजून आणायचं हुतं. अजून मोटा चालू हुत्या. एखादी कुळवाची पाळी मारावी लागणार हुती. पेरणी करायची हुती. एवढं झाल्यावर एखाद्या वक्ती माळावर चरायला मिळालं तर मिळालं.

...वाटत हुतं, आपूणबी खांद्यावर पटकूर नि काठी घेऊन ढोरांतनं मोकळ्या मनानं हिंडावं. शिङ्ट्या घालाव्यात. म्हऊ हुडकत हिंडावं. मध प्यावा. पोरं गोळा करावीत नि बैदूल खेळावं. पोर होऊन उंडरावं.

...पैलंचं दीस आठीवलं. आलो तवा ह्याच माळावर पावसूळभर ढोरं चारली. भिजलो. वाळलो. पावसासंगं पाऊस झालो. मलूल उनात पालथा पडून माळांसंगं माळ झालो. घुई, खवाट खोबरी खाऊन ढोरांसंगं ढोर झालो.

पर आता हगरं भरून खत दिसत हुतं. गावातलं खत अजून आणायचं हुतं. अजून मोटा चालू हुत्या. एखादी कुळवाची पाळी मारावी लागणार हुती. पेरणी करायची हुती. सोग्याला सोगा लावून कैक कामं वडायची हुती....

दहा

काल ईळभर बैलांची मोट धरली हुती. रेड्यांस्नी इस्वाटा दिला. आज हिरीत पाणी न्हवतं म्हणून गावातलं खत वडायचं हुतं. रेड्यांची गाडी जुपली. गंग्या दोन दीस आलाच न्हाई. त्येची म्हातारी मरून दोन दीस झालं. त्येला भाकरी करून घालाय तेवढीच हुती. आई म्हातारी, खरं तिच्यावर त्येचा जीव. घर देवळाच्या मागं. देवळाच्या पडक्या भित्तीतली घुबडं गेली पाच-सात दीस लई आरडत हुती, म्हणून हुता... दोन दीस रडून-रडून त्येचं डोसकं चिनमिन झालंय... खत वडायला आम्ही दोघंच.

गावातलं खत एकदम राखुंडा. रेड्यांस्नी वडायलाबी हलका नि आम्हाला भरायलाबी हलका. मळ्याकडं गाडी चालली की, वारं येऊन आमची अंगं राख लावलेल्या वावागत हुईत हुती. डोळ्यांत राखुडा जाऊन कचकचत हुतं... रेड्यांचीबी तशीच दशा.

सकाळी दुडुदुडु गाडी हलकेपणानं रेडं पळवत हुतं. गाडीला जुपायची म्हणताना त्येंच्या कचण्या सोडून टाकल्या हुत्या. ती जागा वारं खायला मोकळी सोडली हुती. शिवाय टिक्क्या रेड्याच्या मासात बोटभर कचणी रुतली हुती. एखाद्या वक्ती जिवाळी लागायची नि समदं डोसकंच कुजून फतफतून जायचं म्हणून कचण्या सोडून टाकल्या... मोटंला कचण्या आसल्याबिगार सरत न्हाईत. गाडीचं काय तसं न्हवतं... गाडीवाटबी कायम पायांखालची.

पैल्या दोन गाड्या वडून झाल्या. न्ह्यारीचा वकूत झाला. मालक म्हणाला, "सित्याला गाडी वताय लाऊन देऊन न्ह्यारी कर रं नारबा."

"बरं."

तिसरी गाडी भरून सित्याकडनं मळ्याकडं लावून दिली... मोटंपक्षा खताच्या गाडीला रेड्यांस्नी सुख हुतं. हलकाफूल राखुंडा हाऽ हाऽ म्हणता वतून येत हुतं.

धारा काढून गावातली म्हसरं गावंदरीच्या वड्याला पाय मोकळं कराय सोडली हुती. कुसवापलीकडं समदी चरत, झरड करत हिकडं-तिकडं हिंडत हुती. वड्याला हिरवाट फुटलं हुतं. आभाळात पावसाळी ढग. त्यातनं मंद उनं. नुकताच पडून गेलेला पाऊस. ढोरांस्नीबी कसं बरं-बरं वाटतेलं. फळकर रेड्या गमतीनं आडव्या-तिडव्या उड्या मारत हुत्या.

न्ह्यारी केल्यावर मालकानं सोप्यात हाक मारली. हात धोतराला पुसत गेलो. मालक कसला तरी चौकोनी कागूद पसरून बसला हुता. मला म्होरं बसायला सांगून बरंच काय-बाय बोलला. – माळ ट्याक्टरनं नांगरून सपाट कसा करायचा, कुणीकडचं टेकाड कुणीकडच्या उताराला वडायचं, बांध कुठं-कुठं घालायचं, तारंचं खांब कुठं कसं रवायचं, तार किती लागंल; असं लई काय-बाय सांगू लागला. त्यातलं काय थोडं कळलं, काय थोडं कळलंच न्हाई. रानाचा कसला तरी नकाशा केलेला. "हूंऽ हूंऽ" म्हटलं नि गाडी यायचा वकोत झाला म्हणून परड्यात जाऊन गाडीची वाट बघत बसलो. मोकळी गाडी परत येताना वड्यापलीकडं दिसली.

वड्यातनं वर आली. टिक्क्या रेड्याला म्हसरं दिसली. एक रेडी उड्या मारताना दिसली... उगंचच चावटपणा म्हणून त्येनं तिच्याकडं आँऽ केलं.

हिरवाट बघून ओपंला आलेली रेडी एकदम त्येच्या आडवीच आली नि गाडीवाटंवरच गाडीम्होरं येऊन आँऽ करत टिक्क्या रेड्याकडं शेपूट करून हुबी न्हायली. ...शेपूट हलली. मुतली. टिक्क्यानं हुंगलं. त्येचा जीव उडून चालला.

...हुंगत-हुंगत त्यो फुडं चालला. रेडी म्हसराकडं चालली. ह्यो सगळी गाडीच घेऊन तिच्या पाठीमागनं. वर सित्याचं हात कासरं वडून कचून गेलं. टिक्का तरीबी थांबायला तयार न्हाई... कचण्या न्हाईत. सित्या नरडं खरडून थांबवत हुता, "आरं होऽऽ होऽऽ"...गाडी म्हसरांत. रेडी फुडं. आडव्या-तिडव्या उड्या मारत वड्यात गेली. गाडीबी दरडावरनं वर-खाली आदळत वड्यात... रेडी वड्यातनं पलीकडं... गाडी तशीच वर... "आरं होऽऽ की..." ...रेड्यांस्नी येडझवी ताकद. रेडी वावरात आली. गाडी पुन्ना वड्यातनं वर आली. टिक्का गाडीसकट तिच्यामागं. सित्याला कोणच ऐकाय तयार न्हाई. पुन्ना रेडी वड्यातनं पलीकडं जाऊन आपल्या आईकडं पळाली. गाडी पुन्ना वड्याकडं. सित्या परसाकडनं चाललेल्या माणसांस्नी वरडतोय...

“आरं, आडवं व्हा जरा.” दोन माणसं तांबे वर करून आडवं झाली. टिक्का सरळ त्येंच्या अंगावरनं जायच्या इचारानं पळतोय असं दिसल्यावर, “न्हाई रं बाबा” करून माणसं बाजूला झाली.

गाडी वाट, आडवाट न बघता वड्यात घुसली नि एका दांडग्या धोंड्यावरनं कलंडून एक चाक वर करून पडली.

मालकाला परड्यातनं हाक मारली नि मी वड्याकडं पळालो. त्यातल्या त्यात बरं म्हंजे सित्या गाडीखाली गावला न्हवता. घोडीतनं तसाच हळू खाली कलंडला हुता. कपाळाखाली नाक खरचटलं हुतं तेवढंच. तरी वडा खोल न्हवता म्हणून बरं झालं.

...टिक्का म्हसराकडनी बघत तसाच हुबा. गाडी उलटल्याचं त्येला कायबी न्हाई.

जाऊन दोन्ही रेड्यांस्नी सोडलं; तवर मालक आला. टिक्क्याची वड कमी हुईत न्हवती. तरी दोघांनी वडून दांडग्याशा झुडपाला गुतफळला... काळ्यालाबी गुतफळला पर काय झालंच न्हाई असं समजून त्यो हिरवाटाला गडद दात घासाय लागला.

“एवढं रेडं ऐकलं न्हाईत व्हय रं सित्या?” मालक.

“न ऐकाय काय झालं? पर टिक्क्या ऐकतोय कुठं?...दोघांस्नी कचण्याबी न्हवत्या.”

“कचण्या का सोडल्यास रं नाऱ्या?”

“गाडी हाय म्हटलं. चार दीस सोडून ठेवाव्यात.” मला उगंचच चूक केल्यागत वाटलं.

“मरंनात तिकडं. एवढी कशाला माया करतोस त्येंची?”

“आँऽऽ” टिक्का रेडा.

मालकाचा जीव पिसाळला. त्येनं रेड्याची येसण डाव्या हातानं धरून उजव्या हाताच्या खोपरानं रेड्याच्या फुडच्या सांध्याजवळ कमाकम कमकं घाटलं... रेड्याचा पाय ढिला पडायची पाळी आली. अचानक पडणारं कमकं बघून काळा रेडाबी येडबडून गेला. त्येला वाटलं, आपल्यालाबी आता बसणार. मालकावर डोळा ठेवून उगंच ते बाजूला बिनचरता हुबं ऱ्हायलं.

मालकाचा खोपर चुकून वरती हाडावर बसला नि त्येला मरणाची कळ आली....

हात ढिला करूनच त्यो बाजूला झाला. बाजूला नारळाएवढा धोंडा पडला हुता; त्यो उचलून टिक्क्याच्या बरगड्यांवर टाकला. धोंड्यासकट पैशाएवढा चमड्याचा तुकडा निघाला. रेडा चार्रऽदिशी वाकला.

“मालक, ऱ्हाऊ दे की आता. मारून काय उपयोग त्येचा? किती केलं तर ते ढॉर. त्येला काय कळतंय? ...गाडी सरळ करू या. तेवढीच एक-दोन खेप करता येईल.”

शिव्या हासडत मालक वड्यात उतरला... गाडीची नुकसानी काय झाली न्हवती. आजूबाजूची चार-पाच माणसं बलवून अर्ध्या तासात तिला सरळ केली.

"जुपा रेडं."

"बऽरं."

"नुसतं भऽरं नगं. कचण्या आवळून पाणी सोडा वरनं नि दोघं जण मिळून खत वतायला जावा."

गावात आल्यावर कचण्या बांधल्या. बोटं शिरू नेत इतक्या आवळल्या. वरनं पाणी सोडल्यावर कचणी आवळलं तशी टिक्का नाचाय लागला... त्येच्या मासात कचणी घुसत चालली हुती.

गाडी भरून परत मळ्याकडं चालल्यावर पुन्ना टिक्का ढोरांकडनी बघाय लागला ...मी खाली उतरलो. सित्याकडचा चाबूक घेऊन दुमता केला नि वड्याच्या पार पलीकडं जाईपतोर टिक्क्याला झोडीपला... वरनं मार खाईत हुता. पाठीमागनं पोवट्या टाकत हुता, तरीबी नजर ढोरांकडंच हुती... त्या रागाच्या तिडकीतबी मला हासू आलं. फोकळून-फोकळून अंगातनं रगतं निघत हुती, तरी गुण काय जाईत न्हवतं... खरं बघायला गेलं, तर त्येचा काय उपयोग न्हवता. चेचून सात-आठ वर्सं झाली हुती. तरी मनातलं काय जाईत न्हवतं. पैलंचं दीस आठवत असणार.

सकाळी खताची गाडी सोडल्यावर जेवणं झाली नि इस्वाट्याला उनाचं घटकाभर पडलावं... वैरण घालायला म्हणून बाहीर आलो. सजावारी उसाकडं नजर गेली, तर वड्याकडच्या बाजूनं चार गाढवं उसात शिरलेली दिसली... जीव तिरमिरला. ह्या गाढवांनी आतापतोर चार-पाच चिरं हुतील एवढा ऊस खाल्ला हुता. एकदाबी हाताला गावली न्हवती. मालकीच्या कुरणात आल्यागत येऊन चरून पोट भरून जाईत हुती... सगळी धन कोरव्याची. उसाला पाणी पाजून, जतन करून आमचा जीव चाललेला.

हातांत दोन धोंडं घेटलं नि तसाच दडत, वाकत पळालो. जवळ जाताच त्यांस्नी वास लागला नि घोड्यागत वड्यातनं वर पळाली... जात गाढवाची. खरं पळतानं शाणपणा केला. अंतर ठेवून समदी पळाली. एका जागी पळाली असती, तर फेकलेला धोंडा ह्येला न्हाई निदान त्येला तरी लागला असता. आता नेम धरूनच मारावं लागत हुतं. नेम चुकत हुतं. हातातली दगडं सपत हुती. वाकून घेऊस्तवर गाढवं फुडं पळत हुती... डोसकं मिरमिटून जाईत हुतं. तशात धोंडा कितीबी जोरात लागला, तरी केसांच्या अंगावर धबाक करून पडायचा नि गाढवांच्या अंगावरची धूळ उडायची. ती झाडून पळाल्यागत ती तशीच पळायची.

मन त्यांस्नी सोडाय तयार न्हवतं. दम लागत हुता तरी गावापतोर पाठीमागनं पळालो. सणगराचा बोळ आला. वाटंवर बचकं-बचकं एवढं धोंडं पडलं हुतं...

इचार आला, गाढवांस्नी ह्या बोळात घालून बुकलावं. फुडं धोंडी सणगरणीचं घर लागलं की, बोळ सपतोय... हात दुखत हुतं.

हिकडनं-तिकडनं हळूहळू पळवून तीन गाढवं त्या बोळात घाटली. चौथं लांब हुतं. त्येला आणाय गेलो असतो, तर ही तिन्हीबी पळाली असती. त्येला दिलं सोडून नि हातात दगडं घेऊन हळूहळू पळत मागनं चाललो. धोंडी सणगरणीचं घर आलं नि तिन्हीबी वळचण धरून बरोबर कैचीत गावली. त्यातलं सारखं फुडं पळणारं हुतं त्येच्या पाठीत बकाबक धोंडं घाटलं. धडपाड-धडपाड करून ते भरपेठ मार खाऊन पळालं. त्येच्या पाठीमागं लागाय गेलो, ते एक उत्तंच पळालं... डोसकं चांगलंच भिरमिटलं. दगडं मारून बखुंट निखळाय आलं हुतं नि आता एक गाढाव गावलं हुतं.... त्येच्या पायांवर झणाझण दणकं घाटलं... काय चुकायचं, काय बसायचं. धोंडी सणगरणीनं वळचणीला पाणी भरून गाडग्यात चिच्चुकं भिजत ठेवलं हुतं. त्येच्यावर दणका बसला नि जरा येडबडून गेलो... फुटलेल्या गाडग्यातनं पाणी नि चिच्चुकं घाळऽदिशीऽ सांडलं. इतक्यात गाढाव तीन पायांवर पळून गेलं. त्येच्या मागोमाग माझं पळणं.

पाठीमागनं सणगरणीच्या शिव्या....

''काळजी करू नगं. ह्या गाढवांचं बघतो नि तुझा दुनावा भरून देतो.'' मी पळता-पळता म्हणालो... परत येतोय कशाला?

आता रगड झालं हुतं... परत येऊन उसाकडं बघितलं, तर पोटात खळगा पडला. कमरंएवढा आलेला ऊस दोन-चार वाकुरी शेंडलला हुता... मुंडकं उडून गेल्यागत वाटलं. मिरगात त्येला कसं जपलं हुतं, ते माझं मला ठावं.

दुपारी खताला गाडी धरली नि गावात आलावं. मालक न्हाव्याच्या दुकानाकडं हजामत करायला गेला हुता.

मालकीणबाई म्हणाली, ''गंग्या शिड्या बांधून देवळाच्या पडक्या भित्तीवर घुबडं माराय चढलाय.''

''कवा?''

''आत्ताच... समदं गाव देवळाम्होरं लोटलंय.''

गाडी सोडून मी नि सित्या तसंच देवळाकडं पळालावं... गंग्याची आई म्हातारपणानं म्हैनाभर हातरुणाला धरून. पाच-सात दीस तर तिचा दमा जास्तच झाला. भित्तीतली घुबडं रातसारी हूऽ हूऽ करून कण्हायची... एक दीस म्हातारी खच्चून ''थळूबाऽ'' म्हणून वरडली नि गपगार झाली. त्या दिसापासनं घुबडंबी गपगार झाली. त्येला वाटलं. घुबडांनी आपली आई न्हेली.

जाऊन बघिटलं तर पडक्या भिताडाच्या खबदाडातनं हात घालत हुता. शिडीला दोन शिड्या बांधलेल्या... जुनं भिताड. एखाद्या वक्ती सापबी निघायचा

राघवाची पिल्लं खायला गेलेला. माणसं म्हणाली, ''एखाद्या वक्ती फुकटबी मरायचं.''

दोन-तीन भोकांतनं त्येनं राघू काढलं. बघितलं नि सोडून दिलं. एकदा-दोनदा खबुतरी काढली; तीबी सोडून दिली.

भिताडाच्या टाळूवर गेला. भगदाडात त्येला घुबडाची मान गावली. ती तशीच धरून त्येनं घुबाड बाहीर काढलं... पख्खं फडफडली. पाय अंतराळी हलीवलं. धडपडून उडाय बघाय लागलं.

गंग्यानं उजव्या हातानं पाठीमागची बाजू धरून त्येला हुरड्याच्या कणसागत भिताडावर आपटलं... डोसकं रबरीच्या चेंडवागत चिरून चिंधडलं. मान लडबडू लागल्यावर त्येनं ते तिथनंच खाली बाद्‌दिशी टाकलं. भगदाडातली तीन-चार अंडी गारी गोट्या फेकल्यागत खाली भुईवर फेकून आपटली.

घुबडाच्या भवतीनं माणसांची ही मिठी... डोळं उघडून जे ते बघू लागलं. मेलेल्या घुबडाचंबी डोळं उघडल्यावर माणसं भ्यायची. ''... तुला बघून घेतो... फुडच्या जल्मी तुझी पाठ सोडणार न्हाई...'' माणसं हबकून गार... कानांची भोकं कानकोरणं घालावं एवढी मोठी. हात फिरीवला की पख्खं मऊ-मऊ रेसमागत वाटायची.

गंग्यानं खाली येऊन घटकाभरानं ते घुबाड घेटलं नि गावातनं फिरत मसणवाटंकडं चालला. मालकाला हे कळलं. त्येनं जाऊन गंग्याला परत आणलं. आपल्या घरात घोंगडं हातरून दिलं नि ''हितं नीज'' म्हणून सांगिटलं. त्येला मालकिणीनं च्या करून दिला. आम्हीबी प्यालो नि खत भरायला गेलो.

दीसभर माझ्या डोसक्यातनं घुबाड जाईना.

खत वडून झालं नि रातरी तास रातीला थंड पाण्यातच आंघूळ केली. अंगावरची समदी मळ दगडानं घासून काढली. बरं वाटलं. सित्या रातचं जेवाण देऊन आंघूळ कराय घराकडं गेलेला. मळ्यात मी एकटाच. कोण बोलायलाबी न्हाई... अंग खत भरून ठणकत हुतं. कुणी तरी अंगाला तेल चोळून लावावं असं वाटत हुतं. पर कुणी न्हवतं नि तेलबी न्हवतं. डोळं राखुंड्यानं रखरखतेलं.

भाकरी खाल्ली नि ढोरांस्नी वैरणी घालून तसाच पडून ऱ्हायलो. नीजच लागंना. ...गावात सणासुदीचं माणसं हिंडल्यागत उंदरं पाखाड्यातनं मनमोकळी हिंडाय लागली. भवतीनं धा-पंधरा ढोरं गप. जी ती खुट्ट्याला डोसकं टेकून बसलेली. सांजचं रेड्यांस्नी धुतल्यामुळं त्येंच्या मनात दिवाळी. थंडगार मनानं रवथ करतेली. ...तरीबी एक-एक जण एकटी. कोण काय करतोय त्येची कुणाला काळजी न्हाई. ...खुट्टं एकटं. दावीबी एकटीच. खुट्ट्याला मिठी मारून बसलेली दिसत्यात, पर आत मन तेलाच्या ठेंबागत एकटंच पडलेलं. दोन मनं असती, तर

एकमेकांची एकमेकाला सोबत तरी झाली असती... बाई नि बापय एकातच पाहिजे हुतं. किती एकटं ऱ्हायाचं?

जल्मल्यापासनं एकटंच. कळाय लागलं तवाच आईबा मेलं. तवापासनं एकटंच. गप मळा धरून जगायचं नि मळा धरूनच मरायचं... दुसरं काय करणार? मालक मनातनं उतरला असला तरी ढोरं जिवात गुतल्यात. मन मातीत अडीकलंय. पिकापाण्याच्या नि झाडाझुडपांच्या मुळकांडागत झालंय...

चंपी हातरुणात उबीला आली. नुसती उबीलाच... आज तिला नाम्या गाठ पडला नसंल. एखाद्या वक्ती रातचं येईलबी. मग जाईल उठून. ना येळ ना काळ. खेळत्यात आपली माळाला.

...कोल्ही वरडाय लागल्यात. सगळ्या माळभर काळामिट्ट अंधार. चिटपाखरू म्हटलं तर दिसत न्हाई. अशा अंधारात ही कोल्ही आता काय खाणार? रानात काय पिकंबी न्हाईत. एखाद्या वक्ती ससाबी मारून खायची. गेल्या साली सित्याचं वर्साचं मेलेलं पोरगं वड्याला उकरून खाल्लं. कसलं पुरलं हुतं कुणाला दखल? तिसऱ्या दिशी कोल्ह्यांनी हाय का न्हाई केलं.

अजून ऊसबी आला न्हाई त्यांस्नी खायाला... एखाद्या वक्ती खोपीतबी कोंबड्यावरनी ताव मारायला यायची... पिल्ली ह्येंनीच खाल्ली काय कुणाला दखल? ...पर ही दिवसा बाहीर पडायची न्हाईत. कुतरी त्येंच्या चिंध्या करून टाकंल. त्येंच्याबी जिवाला भ्या हाईच की... ज्येच्या-त्येच्या जिवाला भ्या हे हाईच. भ्या असलं तरी जीव ह्यो जगीवलाच पाहिजे.

...लिंबाऱ्यावर घुबडं आरडाय लागल्यात. उंदरं धरायला टपून बसली असणार... एखाद्या वक्ती कुणाचं तरी मराणबी सांगत असतील. माणसाला रिक्कामं भ्या. उगंचच रातचं घुई घाटल्यागत वरडत्यात. माणूस मरायचं त्या वक्ताला मरतंयच की. ह्येंनी कशाला सांगायला पाहिजे?

...हुसकलून तरी यावं.

हुसकलाय गेलं तरी कुठं गावायचीबी न्हाईत. ठिपशा-ठिपशांचा राखी रंग अंधारात वळखूच येत न्हाई. आयला! डोसक्यावरनंच उडत्यात खरं पत्त्या लागत न्हाई. पखवं उडतानं ठार वाजतच न्हाईत... माणसागत डोळं नि डोसकं. एक-एक डोळा बारक्या ऐऱ्यागत मोठा. सुदमुद माणसागत. चोचीच्या दोन्ही बाजूला समूर डोळं... कसं बघतंय!

"घुबडीने, आगं, ह्योच बघ त्यो माणूस यमदेवानं सांगिटलेला."

"व्हय की. बघा-बघा जरा डोळं मोठं करून... भूऽऽ ऊऽऽ!"

"चल जाऊ या. डबरा खणलाय का बघून येऊ."

"भूऽऽ ऊऽ, भूऽऽ ऊऽऽ!"

...मेसाच्या बेटात दोन घुबडं एका जागी... ह्या गावाला घुबडंच लई. माळावरच्या पिपळाच्या ढोलीत, चिंच्चंवर, हुंबरावर, कारीवर, वड्याला, गावाच्या देवळाच्या भिताडांतनं....

...सगळ्या मळ्यावर घुबडं... पाखराच्या भिऱ्यागत घुबडं... आरं, किती वरडतासा? भुऊऽऽ भुऊऽऽ, भुऊऽऽ भुऊऽऽ!... पळा हितनं... भूऊऽऽ... ह्यो बघ नारबा... भुऊऽ... ह्यो बघ म्हालिंग... भुऊऽ... ही बघ बैलं, हे बघ रेडं, हे बघ पाडं, ही बघ म्हसरं. ...भुऊऽ भुऊऽ, भुऊऽ भुऊऽ... हे बघ मळा, कुतरी, कोंबड्या....

आयला! काय सपान हाय का काय हे!... नीज कवा लागली हुती पत्त्याबी न्हाई... कवा उजाडतंय कुणाला ठावं?

अकरा

मळ्यातल्या पेरण्या झाल्या हुत्या. गंग्या-सित्याला घेऊन मालक नदीकडंचं रान पेरायला गेला. मी मळ्यात गुरा-ढोरांचं बघायला ऱ्हायलो. मळ्याची राखणबी.

उगंच माळाला येऊन तेल्याच्या हिरीकडं बघिटलं. घोड्याची आठवण झाली. तसं काम कायबी न्हवतं, म्हणून हिरीकडं जाऊन यावं असं वाटलं... हाडांचा सापळा तरी बघावा.

उघडी झालेली हाडं बघून मन उदास झालं. घटकाभर रेंगाळलो नि परत फिरलो. चंपी तिथंच हिरीच्या काठानं हुंगत ऱ्हायली. तिच्या मनात काय आलं हुतं कुणाला दखल? एखाद्या वक्ती तिला घोड्याचा वासबी आला असंल. ती तिथंच रेंगाळत ऱ्हायली.

माळानं चाललो. बोराटीच्या झुडपातनं एक तांबड्या मानंचा सरूड ऐटीत पळत-पळत आला नि त्येनं झाटदिशी उडणारा नाकतोडा तोंडात धरला. गवतावरनं उडणाऱ्या नाकतोड्याला त्येचा पत्त्यासुदीक लागला न्हाई. शिकार गावली म्हणून सरूड परत झुडपात पळाला. तवर अचानक एका कावळ्यानं त्येला कुठनं बघिटलं ते कळलंच न्हाई. कावळाबी कुठनं आला पत्त्या न्हाई... सरळ त्येनं सरडावर झडप घाटली हुती. तवर सरूड चलाखी करून झुडपात जाऊन बसलाबी.

कावळा तिथं गेला नि मान आत घालायला लागला. बोराटीचं काटं टोचाय लागलं. आत सरूड नाकतोडा तोंडात तसाच धरून बसला हुता. त्येची शेपूटबी

झुडपाच्या बाहीर येईना.

काळा कावऽकावऽ करून वरडाय लागला. खोपीमागच्या लिंबाऱ्यावरचा एक कावळा उडत आला नि झुडपाच्या दुसऱ्या बाजूला बसला... झुडपातला सरूड लांबनंसुदीक दिसत हुता. तोंडात नाकतोडा तसाच. कावळा उगंच चोच घाटल्यागत करू लागला. चोच घाटल्यावर सरूड तिकडं वळायचा. धाडस करून माराय गेल्यागत करायचा... एखाद्या वक्ती त्येला ठावंबी असावं की, शेपूट गावल्यावर आपलं काय खरं नसतं. एखाद्या वक्ती चुकून शेपूट गावायचीबी... त्येनं मिचिकऽ मिचिकऽ करून तोंडातला नाकतोडा खाऊन टाकला नि डोळं उघडं ठेवून दोन्ही कावळ्यांकडं बघू लागला.

ह्या कावळ्याकडनं त्या कावळ्याकडं फिरला की, शेपूट झुडपातनं हळूच बाहीर यायची. ती कावळा धरायचा नि सरडाला वडायचा. त्येनं कावळ्याकडं मान फिरीवली की, शेपूट सोडायचा. दोन्ही कावळ्यांची इगती-इगतीनं सारखी खटपट चालली हुती. कोणच दमत न्हवतं. कावळं तसं खीडगुणीच... सरूड आतनं हदरून गेलेला. त्येला कळलं हुतं की, बोरीचं झुडूप सोडल्यावर आपली काय धडगत न्हाई. म्हणून शेपूट गावली तरी त्यो झुडूप सोडायला तयार नव्हता. कावळं खोड्या काढून-काढून भंडावून सोडत हुतं. मानंखालची रंगीत करवत लांब करून त्यो चिडायचा. तोंड आऽ करून धावल्यागत करायचा, पर बाहीर यायचा न्हाई... दमवादमवी चाललीच हुती.

काळ्या मानंच्या कावळ्यानं शेपूट चापून धरली नि मन घट्ट करून त्येला बाहीर वडलं. माळासंगं घट्ट धरलेलं पाय वरबडत त्यो बाहीर आला. बाहीर आल्याबरोबर कावळ्याकडं घासदिशी मान वर केली नि कावळ्यानं सोडून दिल. पुन्ना झुडपात गडप. तिकडच्या कावळ्याला ते दिसलं.

पैल्या कावळ्याला आता इगत सुचली. पुन्ना दोनच मिंटात त्येला शेपूट गावली नि पुन्ना बाहीर वडलं. आता दुसऱ्या कावळ्याच्या बाजूला वडून न्हेलं. दुसऱ्यानं कचाचा त्येच्या अंगावर कोची मारल्या. तेवढ्यात सरडानं झटापट करून सोडवणूक करून घेटली नि कोची मारणारा कावळाबी जरा बाजूला पळाला... पर सरडाच्या अंगावर रक्ताळलेपणा आला. पोट दमलेल्या माणसागत खालीवर व्हायला लागलं. मानंखालची करवत लाल-लाल दिसाय लागली... त्यो झुडपात आत-आत जायला बघू लागला.

कावळ्याला पुन्ना शेपूट गावली. बाहीर वडला. तेवढ्यात दुसऱ्या कावळ्यानं शेपटीच्या फुडच्या बाजूला कंबरंजवळ त्येला खच्चून टोच मारली. त्यो पाट्टकरून उलटा झाला. उलटल्यावर मऊ पोटावर तीन-चार कोची खच्चून बसल्या... शेपूट वळूवळू बघू लागली, तरी पैल्यानं सोडली न्हाई.

शेपूट चापून धरून पैला आभाळात उडाला. दुसरा त्येच्या मागोमाग उडाला. अंतराळात सरूड वळवळताना खालनं दिसत हुता. पर त्याकडं त्येंचं आता ध्यान न्हवतं. ते जोडीनं पिपळाकडच्या बाजूला गेलं....

जिवाला चैन पडंना म्हणून वाईच च्या करून प्यावा असं वाटलं. बांधाकडच्या सारावर बांधलेल्या शेळीची धार काढून आणली नि च्या करायला खोपीत गेलो. चूल पेटवून च्या केला नि घुटका-घुटका पिऊ लागलो... मनातली मळमळ धुऊन खाली बसल्यागत झालं.

कुतऱ्यांची भांडणं चाललेली ऐकू आली. असंल कुणाचं तरी कुतरं म्हणून च्याऽचं डेचकं धुऊन टाकलं... चंपी हिरीकडंच असंल. तिच्यावर तरी कुणाचं कुतरं धावून गेलं नसंल?

डेचकं दारातच ठेवून माळावर सरकलो नि जाऊन बघतोय, तर पवाराच्या चारीबी कुतऱ्यांच्या तडाख्यात कुतरी गावलेली. माळाची दगडं उचलून "आरं, हाऽड, हाऽड" म्हणून तसाच माळानं हिरीकडं पळत गेलो... कुतरीला चारी बाजूंनी पवाराची कुत्री फाडत हुती. उलटं-पालटं करत हुती. उताणी करून चारी पायांत घेऊन तिच्यावर तुटत हुती. गळा धरून झिंजाडत हुती... काळं कुतरं तर पोटावर पाय देऊन घसाघसा मऊ जाग्याला चावत हुतं.

हीर तशी लांबच. हाड-हाड करत पळत हुतो. माझा वरडा ऐकू येऊन लालू पवारबी आपल्या रानातनं माळाकडच्या बाजूला पळत आला... सनाऽना दगडं फेकली. कुतऱ्यांच्या पेकटात बसली. मी जवळ गेलेला बघून चारीबी कुतरी लालबाकडं पळाली. त्येच्याकडं जाऊन माझ्याकडं बघत हुबी ऱ्हायली.

चंपी ढेपाळत उठली. अंगावर सशागत रक्ताचं शिपणं झालं हुतं. जीभसुदीक रक्ताळली हुती... पायांत पाय अडकत ती माझ्याकडं आली नि फुड्यात येऊन पडली. जीव कालीवल्यागत झाला. डोसक्याचा पटका काढला नि पोटाला भसकं पडलं हुतं तिथं फाडून बांधला. फऱ्याचा चार बोटाएवढा तुकडा तुटला हुता. तिथं बांधलं. नरडं खालनं फोडलं हुतं त्येला बांधलं... कुतरी आता चालायलाबी तयार न्हवती. तशीच उचलून उरासंगं धरली नि खोपीकडं घेऊन आलो.

पवारानं काठी घेऊन चारी कुतऱ्यांस्नी बडीवलं नि खोपटात कोंडून घालून त्यो खोपीकडं आला.

"कुतरी भांडाय लागली हे माझ्या ध्येनातच आलं न्हाई. हीर पडली खालतीकडं नि वरतीकडचं वारं व्हातेलं. मला काय ऐकायलाच आलं न्हाई." लालबा.

"काय करायचं आता?"

"जखमा धुऊन टिक्कीचा पाला बांधू या आजचा दीस. उद्या मी औशिदं घेऊन येतो. हाईत माझ्याकडं काय थोडी."

टिक्कीचा पाला बांधला. जखमा धुतानं चंपी भसाड्या आवाजात आरडाय लागली. समदं अंग थरथरत हुतं. खोपीच्या आतल्या बाजूला भाताचं मऊ पिंजार टाकून त्येच्यावर तिला ठेवली. डोळं झाकून गप पडली. डोळा उघडाय तयार न्हाई नि पाणीबी प्यायला तयार न्हाई.

सांज हुईत चालली हुती. तिचं पिल्लू तिला हुंगून तिथं हुबं ऱ्हायलं. घटकाभरानं बाहीर जाऊन घाणवडीवर चढलं... मावळतीकडं बघून उगंचच भुकाय लागलं.

...इनाकारण घोडं बघाय गेलो.

तास रातीला नाम्या आला... कुतरी त्येला कुठंच दिसंना. घटकाभरानं खोपीजवळच्या माळावर जाऊन हूंऽ म्हणून हाक मारल्यागत रडायलाच लागला. "हाऽड, हाऽड" म्हटल्यावर गप बसला.

त्येला 'उलूऽ उलूऽ' करून आत बलीवलं. आत यायलाच तयार न्हाई. सित्यानं त्येला असंच एकदा खोपीत बलवून दणका दिला हुता म्हणून कवा खोपीतच यायचा न्हाई. आता तर तास रात झालेली. मग येणार कसा?... त्येच्या भवतीनं पिल्लू शेपूट हलवत घोटाळाय लागलं हुतं. लाडात येऊन उताणं पडत हुतं. तरी नाम्याचं त्येच्याकडं ध्यानच न्हवतं. त्यो आपला हिकडं-तिकडं बघत हुबा ऱ्हायला.

हळूहळू खोपीजवळच्या घाणवडीवर आला नि तोंड वर करून वारं हुंगाय लागला. कुंईऽ कुंईऽ करून चुळबुळाय लागला... आत कुतरी डोळं झाकून गप पडून हुती.

हुंगत-हुंगत खोपीच्या तोंडाला आला नि इस्वास नसल्यागत माझ्याकडं बघाय लागला... मी हळूच बाहीर गेलो नि त्यो दाराजवळच्या खोपड्याला चंपीकडं गेला. मग हळूच दारात आला... बघायलाबी तयार न्हाई.

तिचं अंग हुंगलं. नाकाचा वल्लावा तिच्या पोटाला गार-गार लागला नि तिनं डोळं उघडून त्येच्याकडं बघितलं... कुंईऽ कुंईऽ करून पुन्ना डोळं झाकलं. तिला जिभंनं चाटाय लागला. पिल्लू त्येच्याकडं बघत माझ्या दोन्ही पायांत हुबं ऱ्हायलं. कुतरी थंड पडून ऱ्हायलेली.

बांधलेल्या जखमा उगंच चाटता-चाटता सुटायच्या म्हणून मी नाम्याला बाहीर घालीवला. चंपीनं पुन्ना डोळं उघडून माझ्याकडं बघितलं. नाम्या बाहीरच्या बाजूला जाऊन हुबा ऱ्हायला... पिल्लू तिथंच आईजवळ फुडच्या पायांवर तोंड ठेवून तिच्या उबीला बसलं.

नदीकडं पेरायला गेलेल्या गाड्या आल्या. सित्यानं नि गंग्यानं शेळीला पिळून च्या करून घेटला.

"मी गावात जाऊन येतो. तवर तुम्ही बसा हितं?"

"आता गावात नि तुझं काय काम हाय?"

"हाय जरा."

"...काय बायका-पोरांकडनी जाऊन येतोस?" सित्या ठिसकला.

"बेन्या, कुतरीला कसं फाडलंय बघिटलंस न्हवं? रातोरात कायतरी झालं म्हंजे तिला?"

"काय हुणार हाय?"

"हे बघ, उगंच कुटाकुटी नगं. घटकाभर काय तरी करत बसा. असाच जातो नि असाच येतो. घरात जेवतसुदीक बसत न्हाई. भाकरी बांधून घेतो नि येतो... पवाराकडनं औशिदं आणून लावायची हाईत,– तुझीबी एक खेप वाचंल. उगंच टांगड्या तोडत तुला जा-जा नि ये-ये नि पुन्ना जा-जा नगं. मी आल्यावर जा नि सकाळनं बायकूनं सोडल्यावर ये." सगळं समजून सांगिटलं.

"बऽरं. तू म्हणतोस तसं करू. तुलाबी एखादी बायकू करून द्यायला मालकाला सांगू."

"ते बघू. मी चलतो."

...काळूखात पाय उचलत लगालगा चाललो.

मालक जेवून नुकताच सुपारी कातरत बसला हुता. मला बघिटल्याबरोबर एकदम म्हणाला, "तू का आलास रं?"

"सऽज." एकाएकी मला मूळ मुद्याची गोष्ट काढाय येईना.

"आरं, मळ्यात कोण?"

"सित्या, गंग्या हाईत की."

"त्यांस्नी काय आडवं कापायचं हाय म्हसूबाला? ढोरांची वैरण-बीरण न्हेऊन इकू देत म्हंजे झालं कुठंतरी."

"तसं काय हुयाचं न्हाई."

"न्हाई कसं? पर्पंच्याच्या वडीची माणसं ती. कुठंबी कायबी न्हेऊन इकायची. तू आपला जागा धरून पडत जा. जिवाला करमत नसंल, तर शेंगागूळ न्हेऊन खाईत जा. ढोरांच्या येसणी वळत जा... काय तरी करत तिथंच बसावं. खरं त्यांस्नी ठेवून येत जाऊ नगं. त्येंचा नेम कुणी सांगावा?"

"जरा काम हुतं म्हणून आलो हुतो."

"ढोरागुरांतला माणूस तू. तुझं नि काय काम असतंय गावात?"

"चंपीला पवाराची कुतरी चावली ते सांगाय आलोय."

"आरं, मग सकाळनं मी आलोच असतो की; कुतरी का मरत हुती?"

“लई चावलंय. पोटाच्या जागी चतकूर भाकरीएवढ्या जाग्यात दात घुसल्यात. डाव्या फऱ्याला, मानंला चावलंय... डोळं झाकून गप पडलंय.”

“पडू दे. काय मरत न्हाई काय न्हाई.”

“...पवारानं जखमांवर लावायची औशिदं देतो म्हणून सांगिटलंय. कदम आळीला जरा जाऊन येतो.”

“आयला त्या कुतरीच्या! मरू दे तिकडं. कशाला गेली हुती त्या कुतऱ्यांतनी मरायला?”

“आता तिला तरी काय ठावं? तेल्याच्या हिरीवर भांडणं झाली.”

“बरं आता काय तरी होऊ दे. उगंच अविंदा पडाय नगं. भाकरी घे नि पवाराकडनं तसाच जा मळ्याकडं.”

“बरं.”

मालकानंच हाक मारून मालकिणीला भाकरी बांधायला सांगिटली. मी तसाच हुबा.

“...पिल्लू चांगलं हाय न्हवं? का त्येलाबी चावलं?”

“न्हाई. ते खोपीत हुतं.”

“त्येला बांधून घालत जा आता.”

“बरं.”

मालकिणीनं भाकरी बांधून आणून दिली. मी बिनबसताच हुब्या-हुब्या भाकरी घेटली नि चाललो.

“पवाराकडनं काय घ्यायची ती औशिदं चटक्यासरशी घे नि झटक्यानं जा.” मी बाहीर गेल्यावर मालक आतनं वराडला... अंधारात तसाच फुडं सटकलो.

बारा

सकाळी उठायच्या आदूगरच चंपी मेली. बुडचं पिंजार रक्तानं भिजून गेलं हुतं. काळ्या मुंग्या लागत चालल्या हुत्या... दांडग्या येशीतनं वारकऱ्यांची दिंडी आत जावी तशा आऽ केलेल्या तोंडात जातेल्या नि दुसऱ्या बाजूनं बाहीर पडतेल्या. जिभंत घुसलेल्या दातांच्या जागचं तुकडं हळूहळू काढून न्हेतेल्या... कुणाची गडबड न्हवती. रांगच्या रांग आत चाललेली. कमरंला बांधलेलं फडकं रक्तानं भिजून वाळलं हुतं; त्येच्यावरनं पलीकडची जखम हुडकत हिंडत हुत्या... एखाद्या दांडग्या डोंगरागत चंपी चारी पाय टाकून गडद पडलेली. पिल्ल्यांस्नी पिऊ देतानाबी ती अशीच पडायची. पिल्ली तिला पिऊन वाढली... आता मुंग्या खुशाल तिच्या लेकरागत अंगावरनं खेळाय लागलेल्या.

बारक्या पिल्ल्याला दोन-तीन मुंग्या चावल्या. फुडच्या पायाला चावल्यावर त्येनं कुंईऽ कुंईऽ करून त्या तोंडानं तोडून टाकल्या. मागच्या पायाला चावल्यावर मातूर ते आईजवळनं उठलं नि पाय झाडत दारातोंडाला येऊन बसलं. ते गेल्यावर मुंग्या आपल्या उद्योगाला निर्धास्तपणानं लागल्या.

घटकाभर तिच्याजवळ बसून मी तसाच गुडघ्यावर हात ठेवून उठलो. ढोरांस्नी वैरणी टाकून शेणं काढायला बुट्टी घेटली... मन उदास झालं. मी उठलो की, घटकाभरानं पायशाला बसलेली चंपी अंग झाडत बाहीर यायची. शेळीची धार काढायची वाट बघत बसायची. तेवढ्या वक्तात माणसागत लांब परसाकडला

जाऊन यायची. तवर माझी शेळीची धार, च्या. च्या शिजतानाच तिच्यासाठी परळात रातच्यातली उरलेली शिळी भाकरी कुस्करायची. तिच्यात दूध घालायचं. चंपी नि पिल्ल्याची न्ह्यारी एका जागी व्हायची.

ढोरं आपली रोजच्यागत वैरण खाईत हुती. कामं आटीपल्यावर शेळीची धार काढली नि पिल्ल्याच्या फुड्यात दूध-भाकरीचा परळ सारला... ते खुळ्यागत चंपीची वाट बघत हुबंच. हिकडं-तिकडं बघाय लागलं. येडबडून कुंईऽ कुंईऽ कराय लागलं. शेपूट हलवत आत पळालं नि चंपीला कुंऽ कुंऽ हुंगून तसंच शेपूट हलवत बाहीर आलं आणि आत बघाय लागलं... चंपी काय येईना. मग मीच त्येला दोन्ही हातांनी धरलं नि फुड्यात परळ उचलून ठेवला... आता हुंगंनाबी. आई खाईल ते आपूण खायचं, असा त्येचा हिशोब. उलट मी धरल्यावर त्येला काय न्यारंच वाटाय लागलं. संशेव जास्तच आला नि भाकरीकडं तोंडबी न्ह्यायला तयार हुईना.

घटकाभरानं भूक लागल्यावर खाईल म्हणून परळ बाजूला सारला नि पिल्ल्याला सोडून उठलो. च्या प्यालो. मोटनाडा हिरीवर न्हेऊन लावला... मन उदासच. ढोरांस्नी पोटात घालून घ्यावं असं वाटतेलं.

म्हालिंग्या उटून माझ्याकडं बघत हुबा ऱ्हायला हुता. त्येच्या पाठीवरनं हात फिरीवला. बरीच धूळ नि केसं हात फिरीवतानं निघाली... अलीकडं त्येची केसं चुना घाटल्यागत घसा-घसा निघत हुती. हाडांवरचं कातडं केसं गेल्यामुळं काळं-काळं दिसत हुतं. हात फिरवून झाल्यावर केसांचा बोचकाच्या बोचका खाली पडला. डोळं झाकून त्यो हुबा ऱ्हायला हुता. त्येला बरं वाटत हुतं.

जरा मागं सरलो तर सोन्यानं आपलं ढुंगाण माझ्या ढुंगणाला पाठीमागनं आणून भिडीवलं.

"लेका, तुलाबी घासू व्हय रं?"

"हूंऽऽसऽऽ...."

त्येच्या अंगावरनं हात फिरीवला. केसं सोन्यागत चमकाय लागली... सोन्याला घासताना चाण्ण्या डोळा तिरळा करून माझ्याकडं बघाय लागलं. सोन्यागत लाडाला आलं न्हाई... न्हाई तर न्हाई.

मी बाजूला सरलो. तर तेबी तिकडंच बघत हुबं ऱ्हायलं. मनात हुतं पर शरण जायचं न्हवतं. सोभावात मऊपणा असा न्हाई... गेलो नि पाठीवरनं हात फिरवाय लागलो, तर वैरण सोडून गपगार हुबा.

रेडं नि म्हसरं मातूर वैरण खाण्यात दंग. त्यांस्नी सकाळची गवताची वैरण म्हंजे भेंड-बत्तासूचा मेवा... त्येंच्याकडं बघत मग थोरल्या बैलांस्नीबी घासून काढलं. गाईच्या, पाडीच्या पाठीवरनं हात फिरीवला... मग रेडं नि म्हसरं. त्यांस्नी पाठीवरच्या हाताचं तेवढं काय वाटलं न्हाई. पर मलाच आज वाटत हुतं.

समद्यांच्याच पाठीवरनं एका कडनं हात फिरीवला.

गोठ्यातनं बाजूला झालो नि जनावरं फुड्यातली वैरण खाऊ लागली... कायच झालं न्हाई असं समजून घास करतेली. त्यांस्नी तरी काय ठावं? उलट त्येंची गडबड हुती. मोटंला लौकर जायचं हुतं. गडी येऊस्तवर वैरणी गपा-गपा खाऊन मोकळं व्हायचं हुतं. तसं न्हाई झालं की, वैरण तशीच पडती. गडी काय तेवढ्यासाठी थांबणार हाईत?

आईची वाट बघून-बघून पिल्लूबी दूध-भाकरीचा परळ हळूहळू चाटाय लागलं हुतं.

सित्या नि गंग्या घराकडनं आलं नि मोटंला बैलं-रेडं घेऊन गेलं. पाठोपाठ मालकबी आला.

"धार एवढी काढ रे नारबा."

"व्हय."

कासांडी हातात देऊन मालक घाणवडीवर बसला.

"राती कुतरी मेली."

"मेली?"

"ती जगंल असं वाटतच न्हवतं."

"तिचा शेर म्हणायचा. – कुठाय ती?"

"खोपीतच हाय."

मालक आत जाऊन आला. पिल्ल्याकडं त्येनं बघिटलं.

"टाकून ये जा की, त्या पडक्या हिरीत. उगंच साऱ्या खोपीतनं मुंग्या व्हायला लागल्यात."

मन गुदमरल्यागत झालं. बोलाय काय येईना... पुरावी असं वाटत हुतं. वर फडकं घालावं; नि माती आड करावी... असं वाटत असतानाच तिच्या मागच्या पायाला दोरी बांधली. काळ्या आंब्याबुडच्या जुन्या हिरीच्या डबऱ्यात टाकून यायला निघालो... किती केलं तर मेलेलं मढं. उरासंगट धरली काय नि पायाला बांधून वडत न्हेली काय सारखंच. त्येच्या जिवाला काय वाटणार हाय? आपल्यालाच काय तरी वाटाय लागतंय.

सपाट रानातनं तिला वडून न्हेतानं नाम्याला दिसलं... अंग काळं. तोंडावर नि पोटावर पांढरं ठिगळागत डाग. वडताना तोंड अडखळत, लडबडत येतेलं. कुतरी निजल्यागत दिसतेली नि मी तिला वडल्यागत दिसतेला. पिल्लू तिच्या मागोमाग लगालगा येतेलं.

नाम्या तोंडानं लव्हा-लव्हा करत अर्धा पळत, अर्धा चालत रानात आला. मी वडत असतानाच त्येनं तिला हुंगलं. मी भराभरा वडू लागलो. तसाच हुंगत त्यो

तिच्या मागनं येऊ लागला.

हिरीच्या डबऱ्याकडंला आल्यावर पायाला धरली नि खच्चून हिसका देऊन आत भिरकाटली. दुमत्या केलेल्या शिळ्या भाकरीगत झाली हुती. बदाकदिशी आत जाऊन आंब्याच्या वाळल्या पानांवर पडली.

नाम्यानं काठावरनं आत बघिटलं. कुंईऽ कुंई करत हिरीभवतीनं हुंगत-हुंगत फेरी मारली. वाट कुठंच दिसंना... मग हिरीच्या भवतीनं उगंचच लगालगा हिंडला. आसपासची दाट झुडपं हुंगली. एक-दोन झुडपं पुन्ना-पुन्ना हुंगली नि त्यांवर टांगड्या वर केल्या. तिथनंच सरळ हिरीत उतरायसाठी काठावरनं खाली घसरला. पायाखालच्या मातीला धर न्हवता. पाय पडला की ती घसरत हुती. पाय हलवंल तसा त्यो खालीच घसरत चालला. कसाबसा कुतरीजवळ जाऊन पोचला.

कुतरी गडद पडलेली. नाम्यानं तिच्याभवतीनं फेरी मारली नि वर माझ्याकडं बघत लव्हा-लव्हा करत हुबा ऱ्हायला.

"ये रेऽ नारबा, पाणी गेलं उसात. अजून धार काढायची हाय." मालकानं घाणवडीवरनं हाक मारली.

...काय तरी करू दे म्हणून मी परत फिरलो... पिल्ल्याला उचललं नि काखंत घेटलं. पाठीवरनं हात फिरवत चाललो... पिल्लू तोंडाकडं बघता-बघता हळूहळू हनुवट चाटाय लागलं. मालक धार काढाय सांगून माळाच्या भवतीनं एकटाच फिरून आला.

सकाळच्या मोटा सुटल्या. दीस डोईवर आला. नुकतीच जेवणं झाली नि शेजारच्या मळ्यातला गणप्या खोपीकडं आला.

"काय रे गणप्या?" सित्या.

"कुतरा आलाय हिकडं?"

"हिकडं काय हाय आता त्येचं? कुतरी मेली की सकाळी."

"कशानं रं?"

"पवाराच्या कुतऱ्यांनी तिला चावली."

"आणि हिचं तोंड कुठं हगायला गेलं हुतं?"

"कुणाला दखल?"

"आयला कुतरा सकाळधरनं न्हाई. एरवी जेवायच्या वक्ताला तरी दत्त असतोय."

मी शेरडीच्या लेंड्या उकिरड्यावर टाकून आलो नि म्हणालो, "कुतरी सकाळी जुन्या हिरीच्या डबऱ्यात न्हेऊन टाकलीया. तिच्यासंगटच कुतरं सकाळी हिरीकडं गेलंय. एखाद्या वक्ताला तिथं असंल बघ."

"अजून?"

"असायचंबी. कुणी नेम सांगावा?"

"बघून तरी येतो त्येच्या आयला. सकाळधरनं अजून त्येच्या पोटात भाकरीचा तुकडा न्हाई."

गणप्या नि मी धूर फुकत हिरीच्या डबऱ्याकडं गेलावं.

नाम्या दमून आल्यागत धाप्या टाकत कुतरीजवळ तसाच बसला हुता. काठावरची काळ्या आंब्याची सावली हिरीत काळीभोर पडलेली. तरी नाम्या धाप्या देतेला. आम्ही आलेलं बघून त्येनं एकदा वर मान केली नि पुन्ना सरळ बघत धाप्या देऊ लागला. पोट खाली-वर उडत हुतं... इचार करत बसल्यागत तोंड दिसतेलं.

"तुझ्या आयला तुझ्या! हितं बसलंईस व्हय?"

गणप्यानं शिवी हासडून हातात एक धोंडा घेटला नि हात वर केला. तरीबी कुतरं बघायला तयार न्हाई. धोंडा नेम धरून खाली भिरकाटला. कुतऱ्यानं मान कलती केल्याबरोबर त्यो कुतरीच्या पोटावर बाक्ककरून बसला... कुतरी गडद. नाम्या उठला नि डोळं मोठं करून वरनं येणाऱ्या दगडाकडं बघाय लागला.

गणप्यानं तीन-चार दगडं हाणली. नाम्याला ती हिकडं-तिकडं चुकवत बाजूला सरावं लागलं. तरीबी त्यातला एक दगूड त्येच्या टक्कुऱ्यावर लागला नि डोसकं झिंजाडून काँएऽ काँएऽ करून त्यो वरडला. तरीबी वर यायला तयार हुईना. गणप्यानं आणखी दोन-तीन दगडं नेम धरून हाणली. पोटावर, पायांवर ती बसली. तरीबी वर न्हाई. मग गणप्याच घसरत-घसरत खाली उतरला.

खाली गेल्यावर कुतऱ्याच्या पेकटात आणखी दगडं बसली. कुतरा दाद द्यायला तयार न्हाई. गणप्या जवळ जाईल तसा त्यो परक्यागत लांब-लांब जायला लागला. – तसंच त्येला गणप्यानं वर आणलं.

वर आल्यावर खोपीच्या बाजूनं हाकलाय लागला नि त्यो त्येला चुकवाय लागला. तसंच रेटत पेरलेल्या वावरापतोर आणलं. दगडं फेकत वर माळाला ताणलं. मोकळा माळ गावल्यावर नाम्यानं खोपीकडची वाट सोडली नि सरळ माळावर तिसरीकडंच चालला. गणप्या पाठी लागंल तसा त्यो फुंड-फुडंच पळाय लागला.

जवळ-जवळ मैलभर पाठशिवण झाली नि गणप्या परत आला.

"काय रे?"

"मरू दे त्येच्या आयला! काय तरी करू दे." जेवायला म्हणून त्यो खोपीकडं गेला.

दीस बुडताना उगंच हिरीवर फेरी मारली, तर कुतरीच्या जवळ नाम्या धाप्या देत बसलेला... भूक लागून जीव कासावीस झाल्यागत.

सात दिवसांनी नाम्या मेला. त्येला जगवायसाठी त्येच्या मालकानं नि गणप्यानं रग्गड धडपड केली. चंपीपासनं त्यो उठलाच न्हाई.

...दुसऱ्या दिवशी सकाळी उठून बघिटलं तरी ह्यो चंपीजवळच बसलेला. गणप्याला मी जाऊन सांगिटलं.

''कालधरनं कुतरं कुतरीजवळच बसलंय. त्येला दोरी बांधून तरी न्ह्या.''

''मरू दे त्येच्या आयला. मला काय ते गावत न्हाई.''

न्ह्यारीच्या वक्ताला त्येचा मालक आला नि सरळ हिरीत उतरला. नाम्याच्या पाठीवर थाप मारली. थापंकडं नि मालकाकडंबी ध्यान न देताच नाम्या तसाच बसलेला... आता जीभ बाहीर नव्हती का तोंड आऽ केलेलं न्हवतं. भवतीनं हिरीचा डबरा. तरी लांब-लांब कुठंतरी बघत बसल्यागत. मालकाला वळखबी दावली नाई.

मालकानं त्येला सरळ दोरी लावली नि जवळ-जवळ वडतच आपल्या खोपीजवळ आणला. पोटाची पोळी झाली हुती. एका दिसात ते खपाटीला जाऊन बरगड्या दिसाय लागल्या हुत्या.

मालकानं आल्याबरोबर त्येच्या फुड्यात पाणी ठेवलं. पाण्याकडं बघिटलंबी न्हाई. मग दुधात भाकरी कुस्करून ठेवली. त्येच्या फुड्यातली भाकरी एरवी घटकंत खपायची पर ती आता हुंगलीबी न्हाई... कुणाची तरी वाट बघत बसल्यागत डोळं.

दीसभर मालकानं त्येला बांधून घाटलं. त्येच्याफुडं पाण्याचं घमेलं नि दुधाची झाकणी तशीच ठेवली... पर तिकडं ध्यान न्हाई. बांधलेल्या दोरीला सारखी वड. एकदा-दोनदा तर वड घेताना गळफास लागला. मालकानं दोरी सैल केली.

सांजकरून मालकानं सोडून आडवा पाडला नि तोंडात दूध-भाकरी घालायची खटपट केली. त्येनं घास घोळून-घोळून बाहीर टाकला... अन्न वळखीचं वाटंचना. तोंडात पाणी घालायची धडपड केली; ते तसंच भरलेली घागर पोकराखाली व्हायल्यागत बाहीर आलं.

मालक कट्टाळून दीस बुडल्यावर घराकडं गेला.

राती नाम्या हाँऽ हूँऽ करून रडाय लागला. गणप्यानं त्येला तसल्यातबी दोन दणकं दिलं, तरी गप बसंना. गणप्याला नीजच येऊ देईना. म्हणून त्येनं त्येला सोडून दिलं.

दुसऱ्या दिशी पुन्ना नाम्या हिरीत.

त्या दिशी मालकानं हिरीतच पाण्याचं घमेलं नि दूध-भाकरी आणली हुती. नाम्यानं तीबी बाजूला सारली... मग मातूर मालक त्येच्यावरनं हात फिरवून वर आला... कर बाबा तुला जसं बरं दिसंल तसं.

''कुतरं काय जगंल असं वाटत न्हाई गड्या.'' गणप्याला म्हणाला.

''भूक लागल्यावर आपूणच खाईल; न्हाई तर खोपीकडं येईल. दोन-तीन

दीस... लई-लई ते चार दीस काढंल. कुठं जाणार हाय?'' गणप्या.

"...तसं न्हाई ते. त्येनं अन्नपाणी सोडलं. कुतरीवर त्येचा एवढा जीव हुता ते मला न्हवतं ठावं.''

पाच दीस झालं. नाम्या हळूच आडवा झाला. चंपी कुजून फुटली हुती... नाम्या चंपीसारखा आडवा पडलेला. डोळं झाकून. चंपी कुजून घारी-गिधाडांजोगी झालेली... एखाद-दुसऱ्या घारीनं जवळ जायचं धाडस केलंबी; पर नाम्यानं त्यांस्नी थरकू दिलं न्हाई. गुरगुरून त्येनं समद्यांनी हकलून लावलं.

...साव्या दिशी डोळं मिटून गप पडलेलं. कुतरीच्या उशाला उसं लावलेलं. तिच्या अंगावरच्या माशा ह्येच्या अंगावर बसू लागलेल्या. त्यांस्नीबी आता त्यो बसू देऊ लागला... पोट हलत हुतं. जितं हाय असं वाटत हुतं.

सातव्या दिशी हलणारं पोट थंड झालं नि माशा दोघांच्याबी अंगावर थंडपणानं दाट-दाट बसल्या. दुपारी आभाळातनं झडपा घालून गिधाड-घारींनी दोघांचीबी लुटालूट केली.

दुपारी चार तास दिसाला जुन्या हिरीच्या डबऱ्याकडं घार-गिधाडांची दाटी-मिठी उडालेली बघून बारकं पिल्लू धाडस करून त्या बाजूला निम्म्यापतोर जाऊन आलं. एक गिधाड उड्या मारत-मारत त्या बाजूनं उडत आलं. ते बघून पिल्लू आरडत-भुकत दन्नाट खोपीकडं पळत आलं... खोपीपशी येऊन तिकडं तोंड करून एकटंच भुकाय लागलं.

"राजा, राजा, राजा.'' मी जवळ बलवून घेटलं. पोटाजवळच्या उबीत उचलून घेटलं... कुतरी मेली त्येच्या दुसऱ्या दिशीच त्येचं नाव ठेवावं लागलं. आतापतोर चंपीला बलीवलं की, त्येला बिनहाक मारताच ते यायचं. नाव ठेवायची काय गरजच न्हवती... आता "राजा... राजा'' म्हटल्यावर ते येऊबी लागलं.

त्येला घेऊन हिरीकडनं फिरून आलो... हाडांचं बारीक-मोठं सांगाडं जवळ-जवळ पडून ऱ्हायलेलं हुतं... पिल्ल्याला दुपारधरनं घार-गिधाडं कशाला लागली हुती ते दिसलं. ते काखंतल्या काखंतच मागं-फुडं सरलं नि जास्तच बिलगून बसलं.

तेरा

आज उजाडल्यावर उठलो. मोटा न्हवत्या. ढोरांच्या अवतालाबी सुट्टी. बेंदराचा दीस... ढोरांच्यासंगं आपणालाबी मनाजोगी आंघूळ मिळणार. किचडा, दूध-गूळ, पोळ्या-गुळवणी. मनाजोगी सोच्छ कापडं दीसभर घालणार... आज काय काम न्हाई. नुसती शेणंघाणं नि वैरणपाणी.

...पावसाची माया समद्या जगावर पसरलेली. बरं-बरं वाटलं.

दिवसाकडं तोंड करून पाया पडलो. अजून उगवला न्हवता. आईच्या पोटातच हुता. उगंच पाया पडावं असं वाटलं. दिसाला सकाळी भटं बामणं पाया पडत्यात, त्येची आठवण झाली. पोटातल्या पोटात देवळात गेल्यागत झालं... सूर्व्य नारायेणा, रोज काय तुझी आठवण हुईत न्हाई बाबा. कामाचा एवढा रगाडा असतोय नि घाई एवढी असती की, तू वर आल्यावर जीव कामात वैतागूनच जातोय... दीस उगवला. आवरा. वैरणी घाला. शेणं काढा. मोटा धरा. पाणी अजून उसात गेलं न्हाई. किती उशीर? – असं कायबाय....

बाहीर आल्यावर गार हवा अंगावर सांडली. बरं वाटलं. बरं वाटून घ्यायजोगी सवडबी हुती. आभाळाकडं उच्च हात ताणवून, दांडग्यानं 'आई ऽ गऽऽ' करून उघडाच आळस दिला... घुकघुकऽ घुकघुकऽ असा आवाज झाला. कुकूकोंबडा कवळ्या सकाळी उठून कुठंतरी वरडत हुता. तसाच उघडा खोपीच्या पाठीमागं गेलो. कारीकडं नजर गेली. तिथं काय चावल येईना. बाभळीवर वर मान करून

बघितलं. तिथंबी नुसती हिरवीगार पालेदार शिरीच. हलचाल कुठंच न्हाई. माळावरनं खाली शेताकडच्या बांधाला, उसाकडच्या बाजूला नजर सपाटपणानं फिरीवली. कुठंच काय दिसंना.

... घुकघुक पुन्ना आवाज कारीकडच्या बाजूनंच आला. तसाच फुडं सरकलो नि कारीच्या आडाला दडलेलं हुंबराचं बारकं तुकतुकीत झाडं दिसलं. त्येच्यावर हलचाल चाललेली. हिरव्या पानांचा झुबका हलतेला.

हात पाठीमागं बांधून हळूहळू पावलं टाकत फुडं चाललो... सोच्छ दर्शेन घडलं. केळीच्या कोक्याला पखखं फुटली हुती. तपकिरी रंगाची तांबूस पखखं नि शेपूट. खाली तपकिरी कोटात ज्याकीट घाटल्यागत पोटाचा काळा रंग. डोळ्यांत लालेलाल मोठ्या गुंजा ठेवल्यागत. खबुतराच्या ऐटीचं गोबरं अंग... मी दिसल्यावर टुकटुक बघाय लागला. हळूहळू जवळ गेलो नि जास्तच बावचळला. भुर्ऽर्ऽर्र्ऽऽ फाडफाड करून मोरागत उडाला नि हिरव्यागार रानात जाऊन बसला... माणसाला बघून त्येच्या वाऱ्याला कोणचंबी पाखरू थरकत न्हाई. एखाद्या वक्ती पाखराजवळ पाखरं बसतील, जनावरांच्याबी पाठीवर बसतील; पर माणसाच्या जवळसुदीक यायची न्हाईत....

माणसाचा घाण वासबी एखाद्या वक्ती येत असंल त्यांस्नी.

तसाच माळावर बसलो. कोंबडा निर्धास्त मनानं हिकडं-तिकडं हिंडाय लागला... खानदानी चाल. कोल्हापूरची म्हाऽराणी चालल्यागत. कवातरीच दर्शेन देणं.

पोटभरून दर्शेन घेटलं नि हुबा ऱ्हायलो. त्येला उडताना पुन्ना एकदा बघावा असं वाटलं. त्येच्याकडच्या बाजूनं एक बारीकसा खडा भिरकावला... त्येला वास आला नि ऐटीत पाख-पाख पखखं हलवत वड्याकडंच्या झाडाकांडाकडं चालला. बघताना बरं वाटलं... मला बरं वाटलं; पर त्येला भ्या वाटलं असंल. माणसं आपली गंमत करत्यात असं त्येच्या मनात आलं असंल... माणसं खबुतरांचीबी अशीच गंमत करत्यात. उडीवत्यात नि गंमत बघत बसत्यात. मादीच्या भवतीनं नर घुमीवत्यात आणि शेवटाला पडसं आलं म्हंजे खबुतराचा रस्सा चांगला म्हणून त्येला मसाला घालत्यात... गंमतच्या गंमत नि पोटच्या पोटबी.

परत फिरलो. गार हवा लागून, हिरवं-हिरवं बघून मनाला टवटवी आली. तशात आज दिसाचं तोंड बघायच्या आधीच कुकूकोंबडा बघाय मिळाला... खरं म्हंजे आज बेंदराचा सण. हटकून कुकूकोंबडा बघावा. चांगलं असतं... पाडव्या दिशी ह्येच्यापक्षा चांगलं असतंय. त्या दिशी तर माणसं कुकूकोंबडा हुडकत हिंडत्यात.

दीस उगवायला मालकाचं पोरगं नि सित्या आलं. कवाकवा सुट्टीचं शेरडं नि बकरं राखायला ते यायचं, पर आज दिसाबरोबर आलं.

"का हो मालक,लौकर आलासा?"

"आज बेंदूर न्हवं?"

"मग का तुम्हांला तळ्याला न्हेऊन पवणी पाडून आणायचं हाय?"

पोरगं हासलं. त्येला ती गंमतच वाटली.

"ते कुठलं? तळ्याला ढोरं धुयाला गेल्यावर मग मळ्यात कोण? म्हणून राखणीला बाबानं लावून दिलंय."

"असं व्हय? बसा-बसा... बेंदराचं सामान कोण घेऊन येतंय?"

"बाबा."

"बऽरं."

पोराला राखणीला बसीवलं. मी नि सित्या म्हसरं, रेडं, पाडी, गाय, म्हालिंग्या बैल घेऊन तळ्याला धुऊन आणायला चाललावं.

रान मोकळं-मोकळं. रेड्यांस्नीबी आज कासरा न्हवता. कचण्या न्हवत्या. सगळ्या सोडून देऊन त्येंचं कपाळ मोकळं केलं. गळ्यांतलं कंडं काढून ठेवलं... पाडी तेवढी सित्यानं हातात धरून ठेवली हुती. एखाद्या वक्ताला उधळायचीबी. कुणी नेम सांगावा. गायबी मोकळीच.

म्हालिंग्या तर आज पाऽर मोकळा झाला हुता. गळ्यात ना दावं ना कंडा. येसण उन्हाळ्यातच काढून टाकलेली. म्होरकीसुदीक त्येला जड झाल्यागत वाटायची. म्हणून तीबी काढून ठेवली हुती. आज तर गळ्याचं दावंबी सोडलेलं... तसाच ढोरांपाठीमागनं अंग ढकलत चालला. असा कवा एरवी पाठीमागं ऱ्हायचा न्हाई... त्येच्या म्हातारपणाचं त्येला काय वाटत न्हवतं. बरोबरच्या शिवलिंग्या मागच्या पावसुळ्यात बुळकांड्या रोग होऊन हगून-हगून मेला... म्हातारपणानंच त्यो आटीपला. निमित्त म्हणून त्येला बुळकांड्या रोग झाला. वैरण सोडली... जनावराच्या जातीनं अन्न सोडलं की, त्येचं काय खरं न्हवं. शिवलिंग्याचं तसंच झालं. पावसुळ्यात काकडून गेला म्हणून आतल्या खोपीत बांधला. तरीबी काय जमलं न्हाई. हगून-हगून गोठा राड-हुदल झालेला. घाण वास मारायचा. शेवटाला पाय पेकाळून बसला ते उठलाच न्हाई. म्हारांनी पालखीचा सांगाडा बाहीर काढल्यागत त्येला आणला. म्हालिंग्यासमोरनंच घाणवडीवरनं वडत न्हेला. म्हालिंग्यानं गरीब डोळ्यांनी त्येच्याकडं बघिटलं नि तसाच गप बसला... डोळ्यांत आभाळ उतरल्यागत झालं. त्येच्या फुडंच शिवलिंग्याला साताठ म्हारांनी गाडीत चढीवला. गाडीत चढीवताना हाल-हाल झालं. मान मुरगाळून उलटी दुमती करून घाटली. शेपटीला धरून तिचं मणकं मोडूस्तवर उचललं. चारी पाय सालटून निघूस्तवर गच्च एका जागी बांधलं. त्यांत वासं घाटलं नि वर उचलला. वडत न्हेला. वडताना ढोपरांवरची सालटं निघून त्यातनं रगतं आली. तरी शिवलिंग्या डोळं झाकून नि म्हालिंग्या डोळं उघडं

ठेवून गप... काय खरं न्हवं, खरं नव्हं. एवढं काम केलं. एवढं मळं पिकीवलं. मालकाच्या पोराबाळांची पिढीच्या पिढी वाढीवली तरी शेवटाला हे... काय खरं न्हवं.

हे सगळं बघत नि झेपून न्हेत म्हालिंग्यानं वरीस काढलं. शेजारची दावण मोकळीच. जोड फुटल्यावर त्येचं समदं वैभव गेलं. एकटं-एकटं मागं ऱ्हायल्यागत वाटतेलं. अशात दीस निघत हुतं....

ढोरांचा खिंडार फुडं नि ह्यो पाठीमागनं आठवणी काढल्यागत चालत हुता. भवतीनं हिरवागार माळ पसरलेला. त्येच्याकडं त्येचं ध्यानच न्हाई. तोंडाम्होरच्या वाटंकडं बघिटल्यागत दिसायचा, पर नजर तिथंबी न्हवती. पलीकडं कुठं तरी गेलेली... तरी शांत.

मी त्येच्या पाठीवर हात टाकून, त्येच्या चालीत चाल मिसळून चालाय लागलो.

...जलमभर त्येच्याबरोबर चाललो हुतो.

तळं दिसल्याबरोबर म्हसरं नि रेडं डुक्कर-मुसांडीनं पाण्यात घुसली. पाण्याचं राज कुणाला आदूगर मिळतंय असं त्यांस्नी झालेलं. शिंगं नि डोसक्याचा नाकाडोळ्याकडचा भाग वर ठेवून फतकाल घालून मुसऽऽ करत बसली. जणू आता तिथं बसायला कायमची जागा गावलेली.

खरं म्हंजे आता पावसुळ्याचं दीस. माळरानं हिरवी झालेली. सकाळची येळ, थंड वारा नि हवा. गार पाण्यात पाय घालण्याचीबी वासना हुईत न्हाई. तरी ही ढोरं एखाद्या ढोरागत पाण्यात जाऊन बसली. गायरं नि म्हालिंग्या बैल काठ आल्यावर थांबली... गायी-बैलाच्या जातीला पाण्याचं वावडं. पिण्यापुरतं पाणी. न्हाईतर मग नाव न्हाई. एरवी कवाबी पाण्यात पाय घालणार न्हाईत.

म्हालिंग्या दुसऱ्या बाजूनं तळ्याच्या काठावरनं घोट्याएवढ्या पाण्यात आला. तळं टुम्म भरलेलं. बैल पाण्यात येतानं पाच-पंचवीस बारक्या बेडक्या दगडाची चिपरी पाण्यावर कसती फेकल्यागत तुड-तुड-तुड उड्या मारत गेल्या.

तळ्याच्या काठावर बसलेल्या मांगाच्या जान्यानं म्हालिंग्याला शिवी हासडून बाक्ककरून पेकटात धोंडा घाटला.

"का रं जान्या?"

"आयला! सगळ्या बेडक्या गेल्या न्हवं आत. कशाला आणलंय हे केत्तार बैल हिकडं?"

त्यो उठून बेडक्या हुत्या त्या बाजूला सरकला. कमरंएवढ्या पाण्यात हातपाय पसरून नाकडोळं बाहीर ठेवून बेडक्या तिथं तरंगत हुत्या. बारीक घाटाच्या. लांब-लांब पायांच्या.

उगंच दगडं खायला नगंत म्हणून म्हालिंग्याला हिकडच्या बाजूला आणायला गेलो. जान्या आपल्यातच गुंग. त्येनं छडीच्या शेंड्याला बांधलेला काळा गळफास हळूच रुंद केला नि एका बेडकीच्या म्होरं हळूहळू खाली सोडला... त्या बेडकीचं नशीब तरी बघावं म्हणून तिथंच बेतानं थांबलो.

गळफास पत्त्या न्हाई ते तिच्या भवतीनं सरकत बेतानं आत येत हुता तरी बेडकी गपच. तिला वाटत असणार गवताची काडीबिडी पवत चालली असंल. जान्यानं घास्सदिशी छडी वर झटकली नि बेडकीचं मुंडकं बरोब्बर गळफासात गावलं. फास आवळला तशी ती फाशी दिल्यागत हात-पाय पसरून तळमळली. तिचा जीव जायच्या अदूगरच जान्यानं तिला सोडीवलं नि पिसवीत घाटलं. मग त्येनं माझ्याकडं ध्यान दिलं.

"काय नाऱ्या?"

"किती बेडक्या धरल्यास रं?"

"गावल्यात साताठ. तवर तुझा केत्तार बैल मधी आला."

"...मासं काय गावत्यात काय रं?" मी सजावारी चौकशी केली.

"एखाद्या दिशी गावत्यात. एखादा दीस तसाच जातोय." त्येनंबी रोजचंच सांगिटलं. ध्यान बेडकीकडंच हुतं.

बोलता बोलताच टाकलेल्या गळफासाला हिसका मारला नि बेडकी उडीवली. डोळं पांढरं करून ती वळवळाय लागली. तिच्या तोंडातलं मास बाहीर आलं. त्येनं ती सोडीवली नि जरा बघून तशीच अर्धमेली माळावर भिरकाटून दिली. पलीकडची बळवंकी धावत आली नि तिनं ती पळीवली.

"का रं टाकलीस?"

"हिसका जरा जून बसला रं. जगणार न्हवती ती."

"सुक्काळीच्या, एवढ्या बेडक्या मारतंस, मुकं हुशील की."

"हंऽऽ!" खुळ्यात काढल्यागत ते हासलं. "काढ, पान काढ."

सित्यानं हाक मारली.

"आरं, काय गायरं आदूगर धुयाची काय म्हसरं?"

"म्हसरं धू या की आदूगर. गायरं चरतील तवर. पाडीला पायकूट घालून सोडून दे."

"कात सपलाय" म्हणून जान्याला पान बिन देताच आलो.

गायरं-बैलं सोडून अंगावरची कापडं काढली. तळ्यात गेलावं. ढोरं आपली खुशाल दुधात गवळणी न्हायाला बसल्यागत आनंदात हुती. मी हाले धुयाला घेटलं. खुशाल अफू खालेल्या माणसागत गुंगीत हुबा ऱ्हायलं... इल्लंनं धुयाला पाहिजेत. वड्डागत ही जात. शेणा-मुतानं अंगं मुट्टा झाल्यात. अंगावरच्या शेणाच्या

खपल्या. आता खुरुऱ्यानं खुरपून काढायला पाहिजेत... जातच आडव्या डोसक्याची. शेणात-मुतात तिथंच बसत्यात. खात्यात त्याच दावणीत पू घालून मोकळं... आता धुतल्यावर म्हैनाभर कोण धुतंय ह्यांस्नी खरं. पडू द्यात तिकडं. न्हाईतर पुन्ना गेल्या सालागत व्हायचं. ह्यो बेना मुट्टा झालेल्या अंगानं लिंगडीचं झाड घासाय लागायचा नि मागच्या साली निम्मी-अर्धी मुळं वर आलेली लिंगडी ह्या साली पार भुईसपाट उमळून पडायची....

काठावर म्हालिंग्या घटकाभर हुबा ऱ्हायला नि बसला. त्यो बसल्यावर त्येच्याभवतीनं कावळं जमा झालं. अंगावरनं उड्या माराय लागलं. पोळीच्या भवतीनं येऊन तांबवा नि गोचड्या तोडून खायाय लागलं... उन्हाळ्यात भरपूर झालेल्या तांबवा अजून गेल्याच न्हवत्या. कावळं त्यांस्नी तोडताना त्येला बरं वाटाय लागलं. खांजळल्यागत हुईत हुतं. त्यो सरळ आडवा झाला... मेल्यागत. कावळं त्येच्या पोटावरनं, शेपटीच्या बाजूला, फऱ्याखाली जाऊन तांबवा येचाय लागलं. गायरं माळानं हिरवाट दातलाय लागली.

सगळ्यांस्नी खळणं करून परत खोपटाकडं गेलावं. मालकाचा पोरगा आमची वाट बघत बसलेला.

“मालक, बसा राखण करत. तवर औताची बैलं नदीसनं धुऊन आणतावं.”

“बाबानं नदीला न्हेऊ नका म्हटलंय. उगंच उशीर हुईल.”

“न्हाई व्हायचा. तासाभरात येतावं.”

“न्हेऊ नका म्हणून सांगिटलंय तर.”

“त्यांस्नी काय कळतंय? व्हात्या पाण्यात औताची बैलं पवणी पाडून आज आणायची न्हाईत तर कवा? तुम्ही बसा राखण करत. जमलं तर पीप भरलंय; तिथं न्हेऊन शेरडं नि बकरं धुऊन काढा.”

“बाबा रागाला येईल बघ तुला.”

“येऊ दे. माझं मी बघतो ते.”... बाऽला काय कळतंय? त्येचं ध्यान नुसतं कामावर. बेंदराच्या दिशी औताच्या जनावरांस्नी सुटी म्हटल्यावर त्येचा जीव खालीवर हुईत असणार. सारखं त्येच्यापायी ढोरांनी मराय पाहिजे... तरी रातदीस मरत्यात बिचारी. निदान वर्सातनं एकदा तरी नदीसनं मोकळ्या मनानं आंघूळ करून येऊ देत. दीसभर जरा अंग-शिंगं रंगवून हिकडं-तिकडं फिरू देत की... जरा निर्मळ वाटंल त्यांस्नी. सालभर पुन्ना दुप्पट जोरानं कामं करतील. खरं म्हंजे बैलं आज गंगंत आंघोळ घालून पुजायची....

नदीला नवं पाणी भरपूर आलेलं. बघंल तिकडं पाणीच पाणी. काठांवरच्या झाडांचं नुसतं शेंड्यांवरचं झुबकं उघडं ऱ्हाऊन पाण्यावर तरंगत हुतं. भवतीच्या

मळ्या पाण्याखाली डोळं झाकून गणपतीगत बुडालेल्या. त्येंच्यातल्या शेवऱ्या, अगदी अलीकडची उसाची रानं, त्येच्याबी नाकातोंडांत पाणी चाललेलं. च्या केल्यागत पाण्याचा रंग. भवरं हुईत-हुईत खालतीकडं दूधगंगामाई धावतेली.

कमरंएवढ्या पाण्यातनं येसणी धरून बैलं फिरवून आणली नि काठावर धुतली. त्येंचं पाय मोकळं झाल्यागत वाटलं.

अंगं झाडत, नाकातोंडातलं पाणी फुर्ररऽ करून उडवत बैलं परत चालली. गाडीच्या पाठीमागच्या बाजूला सोन्या-चाण्ण्या बांधलेलं.

मालक बेंदराचं सामान घेऊन आला हुता. कायच बोलला न्हाई. आम्हीबी वक्तसरी परत आलेलं.

"पैल्यांदा नाग्या-वाघ्याला अंडी पाजा रं." मालक.

"आदूगर म्हालिंग्याला पाजाय पाहिजे. दावणीचा थोरला बैल हाय त्यो."

"त्येला उरलं तर पाजू म्हणं. खत घालंल त्यो आवंदा. आदूगर औताच्या बैलास्नी पाजा. मग पाड्यांस्नी. मग म्हाताऱ्या बैलाला पाजा."

"मालक, असं कसं म्हणता?"

"आरं, आता काय धन देणार हाय त्यो बैल? हाडं वैकुंठाला गेल्यात की आता त्येची." मालक म्हालिंग्याकडं बघत बोलत हुता... म्हालिंग्या खोल डोळ्यांनी सरळ समोर बघत हुता.

"हे बघा. तुमचं तुम्ही जावा घराकडं. बैलांचं नि ढोरांचं माझं मी बघतो. मला हाय काळजी बैलांची."

"काय तरी करा तर." म्हणून मालक उसाकडनं फेरी माराय म्हणून गेला.

म्हालिंग्यानं पैला धोटा मनापासनं घेटला न्हाई. तेल तेवढं पोटात गेलं नि बाकीचा मसाला त्येनं घोळून-घोळून टाकता येईल. तेवढा बाहीर टाकला... खाण्याचं त्येच्या मनात न्हवतं. थोरल्या बैलांनी मातूर शांतपणानं मिळंल ते खाल्लं. सोन्यानंबी खाल्लं. चाण्ण्यानं खळखळ केली. तोंडच उघडायला तयार न्हाई. मग सरळ सित्यानं येसणीच्या दोन्ही बाजूला हात घालून तोंड वर उचललं नि मी दाढवानाकडच्या बगलंनं धोटा आत सारून नरड्यापतोर न्हेला. आतल्या आत फिरवून उलटा केला. धोटा मोकळा हुईस्तर बाहीरच काढला न्हाई. अशी दोन अंडी चारली. दोन घोटं तेलाचं चारलं... रेड्यांस्नी नुसतीच तेलं पाजली. त्येंनी माणसानं च्या प्याल्यागत घटाघटा पिऊन टाकली.

सित्या हासला. "आयला, धोट्यांत घालून बेन्यांस्नी मूत जरी पाजला तरी पितील."

मी हासलो... आणि खरंच टिक्का रेडा आपूणच दावणीत मुतलेल्या मुताला हुगून सित्याला येडवाण दावाय लागला हुता. सित्यानं हासत-हासत जाऊन त्येच्या

पाठीत खोपरानं कमका घातला.

मी सगळ्या ढोरांस्नी बचकबचकभर किचडा चारला नि बैलांस्नी बारड्यांत, घमेल्यांत वाटण्या करून ठेवला. सगळ्यांनी खाल्ला. पाडीनं सित्याच्या हातातला किचडा हुंगून सोडून दिला. सित्या गंमतीनं म्हणाला,"रांड पाळती काय रं?"

"पाळला तर पाळू दे. कुणी तरी पाळावा."

"ते कुठलं रं? गरवार म्हणून पत करती वाटतं... काय उपासतापास, नवास-सायास चालल्यात कुणाला दखल?"

"कशापायी?"

"पाडा व्हावा म्हणून असंल."

मी हासलो. सित्याची मोठी गंमत वाटली... डोसक्यात काय तरी चमकलं.

"सित्या, बायकूला कितवा म्हैना रं?"

"हॅऽल! अजून काय न्हाई." सित्या लाजला.

"लेका, बायकूला पोट आलंय नि... काळजी घेत जा तिची."

"गप बस बेन्या."

म्हालिंग्याच्या फुड्यातलं किचड्याचं घमेलं तसंच हुतं... त्येनं हुंगलंबी न्हाई. त्यो सदाच्यागत सरळ लांबलांबच बघत हुता.

"सित्या, म्हालिंग्याच्या मनात बेंदूर पाळायचं दिसतंय."

"म्हतारं झालंय ते. दात न्हाईत तोंडात. खाणार कसं?"

"न खायाला काय झालं? किचडा का चावून खायला लागतोय?"

"मग मुटकं करून चार तर."

"नगं. पाळतोय पाळू दे. त्येच्या मनासारखं होऊ दे... आणि मालकाच्या बी मनासारखं होऊ दे."

चौदा

हवा गार सुटलेली. दुपार झालीती तरी नीज लागंना... सकाळधरनं तंगलो हुतो. नदीकडच्या बांधाकडनं दोनचार आरं चाण्ण्यांनी खाल्लं हुतं. बांधावर करंज्याची साताठ झाडं. त्येंचा आसरा घेऊन चाण्ण्या तिथं घोळक्यानं ऱ्हाईत हुत्या. जुंधळा ईतभर वर उगवून आला तरी बांधाकडंला कायबी न्हाई. तिथलं बी चाण्ण्यांनी उकरून खाल्लेलं. म्हणून भंड आरं सकाळधरनं पुन्ना टोकणलं. वरच्या खुणा वळखूनेत म्हणून पायानं पट्टं वडलं. टोकणून टोकणून पेकाट दुखत हुतं नि हाताचा तळवा भगभगत हुता.

ढोरांची शेणं-घाणं, वैरण-कांजी, पाणी दावणं, समदं बघिटलं हुतं. एवढं करूनबी नीज लागंना. उगच घोंगड्यावर पडलो हुतो. अंगाला गार हवा लागतेली. वाटलं अंगावर घोंगडं कांबरून घ्यावं, पर दिवसाढवळ्या कांबरून घेणं बरं न्हाई म्हणून तसाच पडलो... मळ्यात एकटाच. सित्या नदीकडच्या शेताकडं गेलेला.

वैरण घालायला बाहीर आलो नि कोंबडा माळानं खालतं दन्नाट पळतानं दिसत हुता. त्येच्याफुडं वावभर लांब पिवळीजर्द ढामीण पळतेली. ह्यो तिच्या पाठीमागं कॉकऽ कॉकऽ करत लागलेला.

मी पळत गेलो नि त्येला हुसकलला. ढामीण म्हसूबाजवळच्या झुडपातल्या भळीत गेली... जुनी ढामीण. रातभर फिरतेली. खोपीत येऊन उंदरं खाईत हुती. रातचं बेडक्या गिळत हुती. ती ह्येला गावणार हाय? भळ बघून ती गडप झाली.

त्येला कायच सुधरंना. मग त्येनं तिथल्या लिळिबीच्या झुडपाला चावलं. हिकडं-तिकडं करत पळाला. कुठंच ढामीण दिसंना म्हणून खच्चून वरडून भांग दिली नि हळूहळू चरत परत आला.

मला मोठी गंमत वाटली... भलताच माजला हुता. सालभर ह्येला कुणी धरत न्हवतं. धरायचीबी काय गरज न्हवती. त्येचा त्यो पाणी पिऊन कुठंबी रानभर चरत जायचा. त्येला रान मोकळंच. रातचं तेवढा किनीट पडायच्या वक्ताला खोपीशेजारी येत हुता. तोंडाला तोंड दिसंना झालं की, मग आत यायचा नि वाशावर जाऊन बसायचा... काळजी न्हवती. रातचं नीज येत हुती का न्हवती कुणाला दखल? एक दीसबी कवा वरनं खाली पेंगताना पडला न्हाई. त्येच्यासाठी खाली एक सवताचा पेटारा हुता. त्या पेटाऱ्यात कवा बसायचाच न्हाई.

एकदा दीस बुडतानाच त्येचा नि रानमांजराचा पेटाऱ्यावरच दंगा झाला. आत जाऊन बघिटलं तवा रानमांजरावरच ह्यो घारीगत झडप घालू बघत हुता. मांजार पळाल्यावर ह्यो जे आडं-मेडीच्या आडसारावर जाऊन बसला ते कायमचाच. आता तिथनं हलायला तयार न्हाई... आता तर रानमांजार सोडून ढामणीच्याच पाठीमागं लागाय लागलाय.

नीज पार उडाली. खोप निवांत हुती. कुणाचंबी भ्या न बाळगता उंदरं आड्यातनं हिकडं-तिकडं हिंडत हुती. एकमेकासमोर बसून चिरचिरत हुती... ह्या उंदरांसाठीच ढामीण सारखी खोपीत येती. चावत नसली तरी इनाकारण पोटात भ्या.

...उसात सापाचं तीन तुकडं पडलेलं बघिटलं तवा वाटलं ही मेली. शेजारी चापलून पडलेला एक उंदीरबी हुता. उंदीर म्हंजे उंदराची केसं पडलेली. बाजूला तीन तुकड्यांत हाडांचा सांगाडा पडलेला. बाकीचं सगळं मुंगळ्यांनी खाऊन टाकलेलं. एखाद्या वक्ती मुंगसांनी मारून टाकलेली असणार... पर ते दुसऱ्याच सापाचं तुकडं हुतं. ही अजून जितीच.

बोलायला कोणच न्हाई. तोंडाला दाकखिळी. वाटलं दुपारचा तुकडा तरी चावून घ्यावा. तेवढंच तोंड हलंल नि चव येईल. हुशारीबी वाटंल.

कडी काढताना जेवणाच्या पेटीत खुडबुडलं म्हणून चटाकदिशी पेटी उघडली... एखाद्या वक्ती उंदीरबी आत गेलेला असायचा. जुनी पेटी. सतरा ठिकाणी तिला भोकं नि पतऱ्याची ठिगळं.

पेटी उघडून बघिटली तर आत उंदीरबी न्हवता नि उंदराचं पिटुकलंबी न्हवतं... पांढरी पाल सरसरत वरच्या टोपणावर गेली. फुडं झुरूळ बसलेला दिसला. पाल त्येच्यावर आपला उपास सोडणार असं वाटलं म्हणून पेटीच्या टोपणाला बाहीरच्या बाजूनं हातानं बडीवलं; तर बरोब्बर धयाच्या लोटक्यात वरनं

खाली पडली. वळवळली. धयी जितं झाल्यागत हललं. तेच धयी माझ्या पोटात गेल्यागत होऊन आतड्यातनं पाल फिरल्यागत वाटलं... धयी नासणार. पाल मेलेलं धयी.

तिची शेपूट धयावर दिसत हुती ती मी चटाकदिशी धरली नि उचलली. पाल वर येतायेताच पुन्ना लोटक्यात पडली. वळवळणारी शेपूट माझ्या हातात. गिळ्ळकिनं टाकून दिली. घटकाभर तशीच वळवळली. मीबी खुळ्यागत तिच्याकडं बघत ऱ्हायलो, तवर पाल धयात थंड झालेली.

धयी कामातनं गेलं. तसंच लोटकं न्हेऊन चुलवाणात वतून दिलं... एखाद्या वक्ताला राजाबी चाटून खायचा नि पटाकदिशी हाय तेबी कुतरं मरून जायचं.

मळ्याकडच्या बाजूला राजा अंगावर कोणतरी चालून आल्यागत भुकाया लागला. लोटकं आत ठेवलं नि मी बाहीर आलो, तर कोंबड्याची पिल्ली खोपटाकडं पळत येतेली आणि माळावर एक मुंडी मुरगळलेलं पिल्लू पळवणारं मुंगास. त्येच्या पाठीमागनं बारकी बारकी त्येची तीन पिल्ली... कुठल्या तरी दुसऱ्याच मुलखातनं आल्यागत दिसत हुतं.

"आरं, धऽर, धऽर, धऽर' म्हणत पळालो. राजा माझ्याबरोबर धावत आला. पिल्लू धरलेली मुंगसीण मागं वळून जरा थांबून माझ्याकडं बघू लागली. लालभडक गुंजंगत डोळं उनात चमकलं. राखी रंगाची चवरी पळत असल्यागत समदी मुंगसं दिसतेली.

"छऊऽ छऊऽ" म्हणत वराडलो नि पाठीमागनं धोंडं भिरकावलं. पिल्ली आईच्या फुडं पळाली. कोंबडीचं पिल्लू कवाच लांबडं झालं हुतं. मान टाकून ते मुंगसाच्या तोंडात गडद बसलं हुतं.

...आता मुंगसिणीच्या पोरांची न्ह्यारी हुणार. आयला! एखाद्या वक्ताला त्यांस्नी शिकार कशी करायची ते शिकवायला आणलं असंल. जागाबी दावली असणार. म्हंजे पर्सेग पडला तर त्येंनी एकट्यानं येऊन एखादं पिल्लू फराळाला उचलून न्ह्यावं.

मी तसाच धावलो. मुंगसं वाऱ्यानं उडून गेल्यागत तुरतुरत डगरीत गेलीबी हुती. गणप्याच्या हिरीकडंला फोड्याची दगडं नि जांभाची माती ढीगभर पडली हुती. दगडांवर माती, मातीवर दगडं असं झालं हुतं. त्यामुळं ढिगाला सगळं भसकंच. त्यात चारीबी मुंगसं गडप झाली.

घाणीरडं नि लिळिंबी रगडून वाढलेली. खालनं सगळी घूत टिक्कीच्या हिरव्यागार पाल्यानं माखलेली. पिवळ्या लांब देठांची तिची फुलं भरून गेलेली. त्यातनं नि लिळिंबीतनं वाट काढत-काढत ज्या भसक्यात मुंगसं घुसली तिथं गेलो... माणसांची वहिवाट हितं जरासुदीक न्हवती. गवात बी वाढत न्हवतं.

घाणीरडं नि लिळिंबी बेझान वाढलेली. त्येचा फायदा घेऊन मुंगसांनी घूत आपल्या मालकीची करून टाकली हुती.

भसका खोलखोल दिसला. उगंच वाकून बघिटलं तर आत अंधार. कुबट-कुबट वास येतेला... हाताला पटका बांधला नि हात आत घाटला. हाताला येईल ते धरून वर आणलं. मागं न्हेलेल्या चितऱ्या पिल्ल्याची पिसं हातात आली नि डोसक्यात उजेड पडला. एक-दोन दगडं उसकटून काढली. तर त्येंच्या खालच्या पोकळीत सगळी कोंबडीची पिसंच.

अचानक पिल्ली कुठं गपगार हुईत हुती त्येची जागा कळली. त्या भसक्यावर दोनतीन दांडगी दगडं टाकून वर माती भरपूर सारून मी नि राजा परत फिरलावं... एखाद्या वक्ती मुंगसिणीचा नरबी मागं ऱ्हायला असायचा. आणखी एखादं पिल्लू पळवून आणायचा.

...उसात पडलेलं सापाचं तुकडं ह्याच मुंगसांनी केलेलं असणार. मुंगूस कशासाठी सापाला चावतंय कुणाला दखल?... आयला! सापाकडनं कवा मुंगास मरतच न्हाई. एखाद्या वक्ती त्येच्या केसाच्या ढिगातनं त्येचं अंग सापाला चावायला मिळत नसंल.

...खरं-खोटं काय कळत न्हाई. ही मुंगसं सापांनी मारली असती तर बरं झालं असतं.

खोपीजवळ आलो नि बघतोय तर कोंबडीची पिल्ली कुठंच दिसंनात... गेली कुठं? खोपीतबी न्हाईत नि मांडवातबी न्हाईत.

शेणकुटाच्या खोपटात जाऊन बघिटलं तर तिथं हुडव्याच्या आडाला मान वर करून चावल घेत हुबी. डोळं मोठ झालेलं. आवाज तर कसलाच न्हाई. मुंड्या आतल्या अंगाला करून एकमेकांना आधार घेत बिन आईची हुबी. कुठं जरी खूस केलं तरी टवकारून बघत हुती. अचानक आपल्यातलं एक जण कमी झाल्याचं त्यांस्नी जणू कळलं हुतं. डोळ्यांदेखत दरोडा घाटलेला. तसंच अचानक कोणतरी येईल नि आपल्यालाबी उचलून न्हेईल, असं भ्या डोळ्यांत हुबं ऱ्हायलेलं.

मी गेलो नि त्यांस्नी धीर आला. अवघडलेली अंगं सैल झाली. माना खाली आल्या. एक-एक पाऊल फुडं टाकत ती खोपटाच्या तोंडाला आली.

मी खोपीत गेलो नि चतकूर भाकरीचा तुकडा घेऊन चुरा केला. त्येंच्या फुड्यात टाकला. हळूहळू साऱ्यांनीच खाली माना घाटल्या नि सावकास-सावकास मुक्यापणानं चुरा येचू लागली.

आता नुसती सा पिल्ली ऱ्हायली होती. सकाळधरनं सात हुती. त्या पांढऱ्या पिल्ल्याला सपनातसुदीक वाटलं नसंल आज दुपारी आपली चटणी हुणार ते... आता उरलेल्यांच्या भोगात काय-काय हाय कुणाला ठावं? मालकिणीला हे

कळल्यावर तीच आता मला फोडून खाणार.

...सांगून टाकावं झालं सगळीच इकून टाका जावा म्हणून. सुळकूडच्या म्हसूबाची जत्राबी जवळ आलीया. सातआठशे कोंबड्या तिथं पडत्यात. खताचं ढीग सोडल्यागत पिसांचं ढीग हुत्यात. त्या धडाक्यात पिल्ली इकून टाकावीत. माणसं तरी खातील. शिवाय एक-एक रुपाया चढबी येईल.

माळावरच्या वारुळावर उच्च हुबा ऱ्हाऊन कोंबड्यानं एकट्यानंच भांग दिली... आभाळाच्या खाली उच्चीवर एकटा एकटा ऐटीत दिसत हुंता. पिल्ल्यांची त्येला काय काळजीच न्हाई.

पंधरा

कोंबडा वराडला नि पाऽट झाल्याचं कळलं. त्येला काय घोर न्हाई नि काळजी न्हाई. मालकिणीनं पिल्ली न्हेऊन इकली तरी त्येला चिंता न्हाई. ह्यनं एखाद्या कोंबडीनं जतन केल्यागत ती पिल्ली जतन केली असती तर त्येचंच कल्याण झालं असतं. सालअखिरीला साताठ कोंबड्या भवतीनं बायका होऊन फिरल्या असत्या... त्येच्या नशिबातच न्हाई. मालकिणीनं त्या ठेवल्या असत्या का नसत्या हेबी कळायला वाव न्हाई... पिल्ली गेली नि पेटारा रिकामाच पडला. दोन दीस रमलं न्हाई. पर शेवटला बरं वाटलं. डोळ्यांमागं त्येंचं काय तरी हुईना म्हणून मनाचं समाधान केलं.

...गाभ ऱ्हायलेली पाडीबी मालकानं जंगमाला अर्धलीनं देऊन टाकली. आचीटच वाटलं. गाभणं जनावर कोण अर्धलीनं देणार? पर मालकाचा हिशोब न्यारा पडला. पाडं हुतील तेवढं एक वर्सानं मालकाला. पाड्या झाल्या तर जंगमाला. दुधाचा धनी त्योच. पाडी मरूस्तवर असा हिशोब. तरी बरं; निदान पाडं तरी दावणीला परत येणार हुतं... पाडव्यापतोर ढोरं काढून टाकायचाच मालकानं हिशोब घाटलेला.

बाहीर येऊन बघितलं तर समदा पाऊस थांबलेला. आभाळातलं ढगबी पातळ झालेलं. रातभर धो-धो पाऊस पडला. असा रातभर पाऊस पडायला ह्यो तिसरा दीस. आभाळानं धीर सोडल्यागत झालेलं. सगळी खोप नि खोप गळली.

आज राती तर साताठ जागी हातरूणं न्हेलं. चार जागी बदलल्यावर डोणीत टाकलं. एका खोपड्यात वाळली जागा ऱ्हायली हुती. तिथं भाताचं पिंजार टाकून त्येच्यावर पटकार टाकलं. घोंगडं कांबरून हातपाय वटीपोटात घेऊन निजलो.

पाऊस रगडून लागल्यानं सगळं काळं डोंगळं खोपीत आलं हुतं. खोपीच्या वळचणीला घरं पाडून ऱ्हायलेलं; तेबी आत आलं हुतं. समदी खोप मुंगळ्यांनी उतू चाललेली. माझ्या अंगावरनं काळं-काळं पाय वळवळतेलं.

मांडीला एक मुंगळा मरूस्तवर डसला. जीव गेल्यागत झालं नि मांडी हातानं झाडली. मुंगळा हाताला लागला. वडून काढायला गेलो, तर मुंडक्यासनं खाली धड तेवढं हातात आलं. मुंडकं तसंच चिकटून बसलं. मेढीकडं जाऊन खंदील पुन्ना वर केला नि बघितलं तर पिंजराच्या कोरड्या काटक्यावर मुंग्यांची तोरणं लगडली हुती. हाडकागत घट्ट असलेल्या डोसक्याला फुडं खेकड्याच्या नांग्यागत दोन दात. कातरीगत त्येंची पानं हलतेली. नुसती काडी जरी आडवी घाटली तरी ती कातरून निघत हुती.

उठलो नि डोणीत हुबा ऱ्हायलो. तिथं गेल्यावर माझं कोरडं पाय बघून समद्याच तरतरा अंगावर चढाय लागल्या. पाय झाडलं तरी सुटाय तयार न्हाईत. पुन्ना झाडलं, झिंजाडलं; तवा पायालाच डसल्या. जीव गेल्यागत झाला. हातानं तोडून काढल्या. रागारागानं खोपीच्या खालच्या अंगाला जाऊन चिखलाचा एक लाटा करून आणला नि समद्या डोणीतनं वरुट्यागत फिरीवला. पाच-पन्नास मुंग्या त्येला चिकटून बसल्या. लाटा तसाच उलटापालट करून कालवून-किवचून टाकला नि बाहीर फेकला... आत येऊन बघतोय तर पुन्ना डोण उतू चाललेली. जीव वाचवाय जी ती मुंगी कोरड्या जाग्याला येतेली नि माझा जीव रडकुंडीला आणतेली.

घोंगडं-पटकार घेऊन जळणाच्या खोपटात गेलो तर तिथं डास, चिलटं नि पिसवा भरलेल्या... मुंग्यापक्षा ते बरं वाटलं. शेवटाला शेणकुटाच्या हुडव्यावर शेणी सप्पय करून, त्येचीवरबी थोडं पिंजार टाकून निजलो... असा घटकाभर पडतोय तवर हे कोंबडं वराडलं.

सकाळी ताजी निर्मळ उनं पडली. समोरचा गोठा समदा मोकळा... मोकळा. भिजून काला झालेला. तरी ढोरांची वाट बघत बसलेला. खोपीतली ढोरं बाहीर जायचीच वाट बघत हुती.

तीन दिसांच्या पावसानं माळ धुऊन सोच्छ झालेला. हिरवा चकचकीत चमकतेला. उनाची किरणं पडून पाण्यातनं, गवतातनं नखरा करतेली. आभाळबी एखादा ढग काखंत घेऊन निर्मळ मनानं बघत बसलेलं.

'हेऽ हेऽ' करून खच्चून वराडलो. आभाळाचं पिल्लू होऊन त्येच्या पख्खाबुडी जावंसं वाटलं. समदं रान टवटवीत बघून मन मोकळं-मोकळं झालं. अंतराळी व्हावंसं वाटू लागलं... समद्या माळभर, रानभर उसावरनं, पिकावरनं तरंगत-तरंगत फिरून यावं. समदं न्याहाळावं, कुरवाळावं. उरासंगं धरून मिठी मारावी... हे समदं आपलंच. आपल्यातनं उगवलेलं. उगीवतंय उगीवतंय नि भराला आलेल्या बाईगत फुलून येतंय. हाका मारतंय. अंगावर घे म्हणतंय. चिखूल, माती, पाणी, पिकं हो म्हणतंय... कसं व्हायचं हे? कसं लोळायचं? कसं अंगावर घ्यायचं? ...समदं आभाळाबुडी दन्नाट पसरलेलं. मी एवढा एवढासा. हातांत काय येणार नि डोळ्यांत तरी किती मावणार? ईस सालं अशीच गेली. समोरनं येत-येत डोळ्यांदेखत मागं सरकली. किती म्हणून तरी डोळ्यांनी धरायचं?

...एक दीस मीबी असाच डोळ्यामागं सरकणार. रान असंच. वर असं आभाळ. आभाळात ढग येतील, पाऊस-धारा येतील, पिकांतनं पिकं येतील, झाडांतनं झाडं येतील, अशीच निघून जातील. माणसांतनं माणसं येतील... मालकातनं त्येचं पोर. पोराचा मालक, पोरातनं त्येचं पोर. पोराचा पुन्ना मालक... जमीन अशीच. अशीच आजच्या पावसागत फुलंल. गवतागत हिरवी हिरवी हुईल. दिसांची पाखरं उडवत उडवत अशीच आजच्यासारखी बसंल... बस बाई. काय बोलत न्हाईस, चालत न्हाईस. पर तुझ्या अंगावरचं नगं-नगं इतकं बोलतंय. काय कळत न्हाई; तरी मन आतल्या आत ऐकून रडतंय. काय करू, काय नगं, असं होऊन जातंय... शेवटाला जीव आवरत नुसतं तुझ्या अंगावरनं फिरायचं. लेकरं वळखी-वळखीनं बघायची. एवढ्याएवढ्याशा हातांनी जोपासायची. ह्या दोन हातांनी काय हुणार? समदं डोळ्यांनी करावं, नजरंत भरंल तेवढी एकदम मशागत करावी, असं वाटतं....

लांबपतोर नजर गेली. भाताचा कोंडा उडाल्यागत भिर्ररऽऽ भिर्ररऽऽ करत पख्खं आलेल्या मुंग्या उडत होत्या. रानफुलांस्नी जीव येऊन उडाल्यागत दिसत हुत्या... आता दोन दिसांत त्या मरणार नि चिमण्या, साळुंक्या, भोरड्या, लालगांडे, काळतोंडे ह्यंची चैन हुणार. चिवडा खाल्ल्यागत त्यांस्नी समदं खायाला मिळणार... तरीबी मुंग्या खुशीत. त्यांस्नी पख्खं आली, हे काय कमी हुतं? कोण जगणार हाय? समदी मरणारच हाईत.

लालगांडे नि काळतोंडे कंबरं-कंबरंएवढ्या उच्चीवर उडून त्यांस्नी धरत हुतं. आपआपल्या उद्योगात गुंग होऊन गेलेलं. खोपीजवळच्या कुपाच्या भवतीनं तर भोरड्या घोळक्याघोळक्यानं किडं खायला हिंडत हुत्या... उनं सगळ्यांच्या अंगावर नाचत हुती. समद्यांस्नीच जगायसाठी बाहीर पडावंसं वाटत हुतं....

जगून घेताघेताच माळावर कुणी मरत हुतं. त्यातच जगत हुतं.

ढोरं समदी बाहीर काढली नि खोपीतली शेणं भरली. रानाभवतीनं फेरी मारून यावं, असं सारखं वाटू लागलं म्हणून बांधाबांधानं चाललो... मन शिड्ड्या घालत हुतं. पाय खिदळतं हुतं. पायांबुडचं पाणी चपचपून हासत हुतं.

हातहातभर गवतं बांधावर आलेली. पावसाच्या पाण्याचं निर्मळ ठेंब पानांत अडकून पानं वझ्यानं वाऱ्यात थरथरत हुती. कवळं गवात ऐटबाज दिसत हुतं. माळावरच्या ढोरांस्नी गूल कराय बलवत हुतं. त्येला पायांखाली मऊ मनानं घालत वड्याकडं चाललो.

वड्याला तर भरपूर उच्च गवात आलेलं. गाढवं यायची कवाच बंद झालेली. उसाला मनासारखं वाढायला मिळतेलं. गाढवांस्नी आता समद्या गावंदरीला हिरवं-हिरवं मिळतेलं... गावाभवतीनंच त्येंची सपनं खरी हुईत हुती.

हिरीकडनं तसाच वर आलो. धावंवर घटकाभर हुबा ऱ्हायलो... कुणाची तर वाट बघत खंड्या चाकपटीवर बसलेला... अजून हिरी डमडमायला अवकास हुता. आत्ता कुठं अर्ध्या आल्या हुत्या. मोटा खोपटात दोन-दोन म्हैन्यांसाठी इस्वाटा घ्यायला टांगण्याला टांगल्या हुत्या. हिरीचं पाणी निवांत झालेलं. वरवर येऊ लागलेलं. माशांची पिल्लावळ भरपूर वाढायला वाव झालेला. बारकं-बारकं मासं चुळचुळा पाण्यातनं हिंडतेलं... अजून मासं दांडगं झालं न्हवतं. दांडगं झालं की, खंड्याला बरं वाटतं. सपाटा मारत त्यो चाकपटीवर ताठ बसतो. आवाज देतो.

धावंच्या शेंड्यांजवळच्या बेलाच्या झाडावर टुकऽ टुकऽ टुकऽ आवाज झाला... जिकडं-तिकडं ज्येचीत्येची मनं टवटवीत झालेली.

"...कोण हाय ते?"

"टुकऽ टुकऽ टुकऽ."

उगंच न्याहाळलं नि झाडाच्या पहिल्या दांडग्या फांदीवरच त्येच्या पाठीवरचा पिवळट रंग चमकला. मग डुईवरचा तांबडा तुरा. ऐटबाज गव्हनेरागत ताठ मान... हळूच फुडं गेलो.

"टुकऽ टुकऽ टुकऽ."

"काय करतोस रं"

"टुकऽ टुकऽ टुकऽ?"

...किडं धरतोय काय घर करतोय कुणाला ठावं? तीन रातरा झिम्म पाऊस पडलाय. सकाळी उठून ह्येला आपलं घर पोखरायची आठवण झालेली असणार.

लिंबडी हिरवीगार होऊन फुलारली हुती. पायवाटांवर मुंग्यांनी कोरडी जागा

हुडकायला दाटीवाटी केली हुती. सरळ त्यांस्नी तुडवत खोपीकडं चाललो... उसाच्या वाकुऱ्यांतनं पाणी तुंबून ऱ्हायलेलं. उन्हाळ्यात वड पडलेला ऊस पोट भरून पाण्यात हुबा ऱ्हायलेला. आभाळाकडे बघत हात जोडतेला.

खोपीजवळ आलो नि ऊस खसपसला. नजर गेली. भला दांडगा रानबोका. उसात पाणी झालंय म्हणून बाहीर उनाला येऊन बसलेला. मला बघून चटाकदिशी आत गेला नि उसाच्या आडानं माझ्याकडं डोळं रोखून बघू लागला... एवढा पाऊस पडून चिखूल झाला हुता, तरी अंग आंघूळ करून पुसून काढल्यागत. राखी रंगात चकमकतेलं. तोंड गुंडुगळं. मानंजवळची पांढरी केसं भरपूर वाढलेली नि तांबूस झालेली. डोळं कोल्ह्यागत हलतेलं. कान आवाज टिपायला सारखं हुबं... बिबळ्या वाघाच्या पिल्ल्यागत रूप. कशावर टपला हुता कुणाला दखल? सजावारी मी बांधावरचा दगूड उचलला. फेकायच्या आधीच बोका लाकदिशी हलून उसात गडप झाला. तसाच दगूड खाली टाकून वर खोपीकडं आलो... कोंबड्यानं गाडीच्या पावकड्यावर चढून लांबलचक भांग दिली.

ढोरांच्या कासा मोकळ्या करून गणू गवळ्याचं पोरगं खिंडार घेऊन माळाला आलं... त्येच्या मागोमाग बाकीच्या पोरांचीबी सुटी-सुटी म्हसरं मिठाईच्या वनात चालल्यागत लगालगा चरायला आली. मालकाचं पोरगं दूध न्ह्यायला आल्यावर मीबी धारा काढून म्हसरं माळाला ताणली. म्हालिंग्यालाबी पाय मोकळं करायला सोडलं. थोरली गाय, म्हसरं एका जागी चरू लागली. रेडं वघळी-वघळीनं घसाघसा दात घासाय लागलं. शेरडं नि बकरं इसकटून माळाला कुठंबी चराय लागलं... म्हालिंग्या बैल एकटाच एका बाजूला ऊन खाईत हुबा. कवा तरी खाली बघून दात घासतेला... आभाळात उरलेल्या दांडग्या ढगागत.

माळाच्या मधासावर पोरांनी ढोरं कोंडाळून डाव मांडायला सुरुवात केली. माळावर उतरलेल्या भिकाऱ्यांनी आपली ढोरं मोकळी सोडली. ते बघून गवळ्याच्या गणप्यानं सगळ्या पोरांस्नी घेऊन पालांवर चाल केली.

''म्हसरं बांधून घाला आदूगर. न्हाई तर म्हैन्याला ढोरामागं दोन रुपयं द्या.''

''आत्ता पाय मोकळं करायला सोडल्यात, मालिक.''

''तिकडं घुमटाच्या माळाला न्ह्या जावा मग. हितं नगा पाय मोकळं करू.''

भिकाऱ्यांनी आपली म्हसरं मेखांस्नी गुंडाळली. खरं बघायला गेलं तर हे भिकारी रात सारी आपली ढोरं माळाला चारत्यात. आमच्या ढोरांपक्षा ह्या ढोरांच्या अंगांवर पाणी जास्त. दीसभर कुठनंकुठनं तरी त्येंच्या बायका शिपाट

लपाट वरबडून आणत्यात नि ढोरांस्नी घालत्यात....

पोरं खेळायला म्हणून आपल्या जागेला आली.

काकड्याचं पब्या नि त्येच्या बरोबरच एक पोरगं दांडगी दगडं काठ्या घालून उलटून टाकत हुती. मग खाली बसत हुती.

"काय करता रे?" मी लांबनंच इचारलं.

"इच्चू काढतावं. त्येंच्या आयला! शेरडांस्नी चावत्यात. परवा दिशी चंद्याचं करडू इच्चू चावून मेलं."

पब्याच्या हातात एक भली लांब सुतळी हुती. तिला साताठ इच्चू वळीनं बांधलेलं... इचवांसंगं खेळ करायला ही पोरं सोकावलेली.

"तुमच्या आयला तुमच्या! चावतील की सुक्काळीच्या हो."

"नांगं मोडल्यात, गा नारूम्मा."

नांगं तळातनं मोडून टाकलेलं. नांग्याजवळचं एक-एक पेरबी त्येंच्यांसंगं तुटलेलं.

"नखानं मोडलंस व्हयंर रे?" मी गमतीनं बनवायचा इचार केला.

"पतरा हाय माझ्याजवळ." त्येनं चाकवागत पतरा दावला. उलटून टाकलेल्या दगडाबुडी साताठ इचवांचा घोळका हुता. एकमेकाला चिकटून बसलं हुतं. तेवढ्यातल्या तेवढ्यात हिकडनं तिकडं फिरत हुतं. माशांचा गळ उलटा केल्यागत नांगं वरवर हलतेलं. पब्यानं सुतळीला सैल गाठ मारली नि तशीच हळूच नांग्यात अडकून आवळली. तेवढाच इच्चू वर उचलला नि दगडावर नेऊन त्येचा नांगा तोडून टाकला. बेनं पब्या हुशार हुतं. हुतं ते साताठ इच्चू त्येनं बांधून काढलं. बारक्या पोरागत मीबी त्येंच्यासंगंच रमलो.

दुसरा धोंडा काठ्या घालून उचलून बघिटला. खाली कायच नव्हतं. कोष्टी दिसला. धोंडा सरळ करताना त्यो चिरडून मेला. धोंड्यावर एका बाजूला जिगाट-जिगाट पसरलं... पाच-सात दगडं उचलली. सगळी फुकट गेली. मग एका दगडाखाली पुन्ना साताठ इच्चवांचं बिऱ्हाडच्या बिऱ्हाड दिसलं. पर दगूड उचलतानं त्यांस्नी धक्का लागला नि ते हिकडं-तिकडं पळाय लागलं. पब्यानं त्येंच्यावर कचाडाचा बारकी दगडं टाकून जिथल्या तिथं चिरडून चटणी करून टाकलं.

"एकबी गावला नसता त्यातला... उगंच माळाला रिकामा वणवा झाला असता." ते एकटंच आपल्या संगट बोलत हुतं.

...माळाच्या मधासावर पोरं एकमेकाला माराय लागली, वरडून शिव्या देऊ लागली म्हणून तिकडं गेलो.

भांडणं झाली नि पोरांनी डाव बंद केला. गवळ्याच्या पोरानं उद्योग सुरू

केला हुता. निगड्याची जनी शेणाची मोकळीच बुट्टी ठेवून आपली म्हसरं अडवून आणायला गेली हुती. काळ्या वाणीकिड्यांस्नी भ्यायची. म्हणून गवळ्याचं पोरगं माळाचं वाणीकिडं आणून तिच्या बुट्टीत गोळा करत हुतं. हात लावला की, वाणीकिड्याचा पैसा व्हायचा. त्यो तसाच उचलून मग बुट्टीत टाकायचा. चाळीसभर वाणीकिडा बुट्टीत साठला हुता. वळवळत बाहीर यायला बघत हुता. पोरानं बुट्टी हलवली की, त्येंचं पैसं होऊन बुट्टीत एकमेकांवर पडायचं.

जनी जवळ येईल तशी गवळ्याच्या पोरानं बुट्टी हलवून-हलवून ठेवली नि तिच्यावर जनीचंच पोतं कांबरून घाटलं. जनी नि तिच्याबरोबर हिंडणारं मांगाचं धोंड्या आलं. पोरं जरा बाजूला होऊन गप बसली. तोंडांतल्या तोंडांत हांसत हुती. मी एका बाजूला तंबाखूला चुना मळत बसलो होतो.

जनीनं सभागती पोतं उचललं नि आत बघितलं, तर वाणीकिड्यांचा चोथाच्या चोथा. ''आई गंऽ'' करून तिनं तशीच बुट्टी खालनं उचलून पालथी घाटली नि झाडली. बुट्टी घेऊन बाजूला पळाली. ''ह्यांस्नी पटकीचा फोड उठला ह्यांस्नी.''

धोंड्याला पोरांची चीड आली नि त्येनं उचलू ने असला धोंडा डोसक्याच्या वर उचलला. ''ह्याऽऽ ह्याऽऽ'' करून वरडत काच्चदिशी वाणीकिड्यांच्या चोथ्यांवर टाकून दिला. वरुट्यानं वाटल्यागत त्यो चोथा लाटला.

''आता करशीला काय तुमच्या आयला?'' म्हणून आपलं पोतं घेऊन त्यो नि जनी आपल्या ढोरांकडं गेली.

दुपारी जेवायच्या वक्ताला पोरं पिपळाबुडी जमली... जुना पिप्पळ. उच्चच्या उच्च. चौबाजूला रावणाचं हात पसरल्यागत. दीसभर पानं सळसळायची. त्येच्याबुडी गेलं की, सारखी सळसळ कानांत शिरतेली. दोघा-तिघांच्या कवळ्यात मावायचा न्हाई इतका दांडगा बुडका. वर चढायची कुणाची छाती न्हाई. तशात अगदी शेंड्याला हाग्या-म्हवाच्या तीन-चार पोळ्या लोंबतेल्या. अगदी उच्चावर. तरी पोरं बारकी बारकी दगडं मारून माशांस्नी भंडावायची नि पडलेल्या खड्यांस्नी चिकटलेला मध गुळाच्या खड्यागत चाटायची.

कदमाचं येशा हळूहळू पोरांत आलं. काकड्याच्या पब्याला ठाऊक हुतं की, येशाच्या भाकरीवर तळलेल्या मिरच्या झेकास असत्यात... एक-एका घासाबरोबर एक-एक खावी अशा. पर येशा त्या कुणाला द्यायचं न्हाई.

येशानं भाकरी सोडल्याबरोबर पब्यानं पोत्यातनं साठभर इचवांची वावभर लांब माळ काढली नि येशाला दावली.

''त्यातल्या समद्या मिरच्या दे. न्हाई तर ही माळ तुझ्या गळ्यात घालणार. कसं?'' असं म्हणून ती माळ जवळ-जवळ येशाच्या भवतीनं धरलीबी.

येशा एकदम बोंबलाय लागलं, ''देतो-देतो तुझ्या आयला; ते बाजूला घे आदूगर.''

पब्यानं ती जास्तच फुडं न्हेली. ''शिव्या देऊ नगंऽ.''

''न्हाई की तुझ्या आयला.'' बोंब जोरात मारली.

''आणखी शिव्या?'' एक-दोन इच्चू येशाच्या अंगावर लोंबकळला. येशा डोळं झाकून उताणं पडलं नि ठोऽ ठोऽ कराय लागलं.

शेवटाला समद्यांस्नी अर्धी-अर्धी मिरची मिळाली. एका बाजूला बसून खाली मुंडी घालून डोळं पुसत येशानं भाकरी खाल्ली. एकटंच पाणी प्यायला फाळक्याच्या हिरीवर गेलं.

भाकऱ्या खाऊन झाल्या नि पोरांनी पाणी पाजायला म्हणून ढोरं कोंडाळं करून तळ्याकडं हाणली.

तळं जवळ येईल तसा घोळका एकाजागी होऊ लागला. ढोरं एकदम घाईनं तळ्याकडं येऊ लागली. तळ्यात पवणी पडायला भरपेठ पाण्यातली जागा त्यांस्नी मिळवायची हुती... माझीबी म्हसरं आत घुसवायला मी फुडं दबीवली. चौगुल्याच्या पोराची जाफराबाजी म्हस आडवी आली. माझ्या म्हशीनं तिला पाठीमागनं डांगलली; तशी ती परत फिरली नि म्हशीच्या शिंगांवर शिंगं आपटली.

हाल्याऽ हाल्याऽ म्हणून बाजूला दबवायच्या आतच जाफराबाजीचं एक शिंगाट माझ्या म्हशीच्या कंड्यात अडीकलं. तसं झालं नि डोसकं डोसक्याला कायमचं भिडलं. दबवूस्तर टक्कर लागली.

जाफराबाजी जातीला आरबाट ताकद. तिनं मागचं पाय रवलं. घटकाभर तशीच हुबी ऱ्हायली. टाकभर मुतली. मग अंदाज घेऊन माझ्या म्हशीला दारदार रेटत न्हेलं. फटागडीनंबी मागं सरतं, हगत-मुतत आधार बघून पाय रवलं नि एकदम गुडघंमिठी येऊन रुतून बसल्यागत हुबी ऱ्हायली. दोघीबी पायांखालची सरकणारी माती नख्यांनी धरत मुसमुसू लागल्या. नाकं मोठी करून हवा घेऊ लागल्या. शिंगं हलवून डोसकी आपटू लागल्या... जाफराबाजीचं शिंगाट कंड्यात अडीकल्यानं तिची मान तिरळी झाली हुती. तशीच ती फटागडीला रेटत हुती.

चौगल्याचं पोरगं गांगरून गेलं.

''नारूम्मा, म्हशीला घे की, गा तुझ्या बाजूला.''

''गप बस. उगंच रडू नगं. बेन्या, तुझ्याच म्हशीचं शिंगाट माझ्या म्हशीच्या गळ्यात अडीकलंय.''

''म्हस मरंल गड्या माझी. मान मोडंल तिची.''

"काय हुईत न्हाई, गप."

पोरगं पार घाबरून गेलेलं. त्येच्या घरात एकुलती एक म्हस. तीबी दुधासाठी पाळलेली. एखाद्या बाईमाणसाला जपावं तशी जपलेली. वर्सातनं दोनदा न्हाव्याकडनं बोडायची. अंगावर मास रानरेड्यागत भरलेलं.

फटागडीचं अंग थरथराय लागलं. ती मागं सराय लागली. कंड्याला वड लागत हुती. जाफराबाजी मान हलवून डोसक्याला डोसकं बडवाय गेली नि कंडा तुटला.

माझ्या म्हशीनं मोकळ्या गळ्यानं मान वळीवली नि जाफराबाजीनं तिच्या निरणाखाली धडक दिली. म्हस कोलमडत पळून गेली. कासंजवळ शिंग टीचभर खरचटलेलं दिसलं. जाफराबाजीला तेवढं पळाय जमलं न्हाई. ती तशीच तिच्याकडं बघत हुबी ऱ्हायली.

कशासाठी टक्कर लागली काय कळलंच न्हाई... थोरली गाय, म्हालिंग्या बैल एका बाजूला चरण्यात रमलं हुतं.

ढोरं पवणी पडून कट्टाळून उठली नि पुन्ना माळाला इसकटली. पोरं पिपळाबुडी जमली. दोनचार पोरांनी बैदुलाचा खेळ मांडला. दोन-तीन तशीच मोकळी ऱ्हायली हुती.

"धोंड्या, मध काढायचा काय?"

"नगं त्येच्या आयला! माशा उठून पाठी लागतील."

"उठल्या तर उठल्या." त्येनं खडा फेकलाबी. "वरच्यावर उठत्यात नि वरच्यावर बसत्यात. हाण तू."

मग तिन्हीबी पोरं दगडं माराय लागली. बारकं-बारकं खडं गाच्च करून पोळीत अडकून बसू लागलं. पोळीला कसतं लागून खाली पडू लागलं. चिकाट-चिकाट मध त्यांस्नी लागू लागला. पोरं ते खडं चोखायची. माझ्या तोंडाला उगंचच पाणी सुटाय लागलं....

मुठीमुठीएवढी दोनतीन दगडं घेऊन मी वर भिरकाटली. पेटात पेट एकाच पोळीत दोन दगडं बसली नि माशांचा चोथाच्या चोथा घोंगावत उठला. त्येंच्या संगतीनं बाकीच्याबी माशा उठल्या नि गारांचा पाऊस पडल्यागत खाली आल्या. वारं आलं. पिप्पळ सळसळला नि पोरांसकट दन्नाट चारी वाटांनी मी पळालो. पिपळाभवतीचं रानच्या रान माशांनी माखलं... चांगलं अर्धा-अर्धा मैल पोरं जाऊन थांबली. पोती नि येरली पिपळाबुडीच ऱ्हायली हुती. ती तिथंच ठेवून पोरांनी पळून आलेल्या जाग्यावरच खेळ मांडला.

दीस डोंगरावर जाऊस्तवर पोरं बाजूलाच खेळत हुती. घराकडं जायचा वकूत झाला नि पोरं तोंडावर टोप्या कांबरून घेऊन हळूहळू पिपळाकडं आली. मीबी

त्यातनंच. चौगल्याच्या पोराची म्हस पिपळाच्या वरच्या बाजूला सारातच चरत हुती.

पिप्पळ शांत झाला हुता. म्हवाच्या पोळ्या जास्त फुगलेल्या. त्येंची अंगं राखी रंगाच्या नागागत वळवळत हुती. एखाददुसरी माशी भवतीनं फिरून पुन्ना पोळीवर बसत हुती.

चौगल्याचं मल्ल्या येडबडून गेल्यागत झालं हुतं. सारात त्येचं रेडकू चारी पाय टाकून पडलेलं. त्येचं मुस्काड सुजून डुकराच्या मुस्काडागत झालं हुतं.

"आयलाऽ! माशांनी रेडकाला फोडून काढलेलं दिसतंय."

सगळी रेडकाच्या भवतीनं जमली. मला इनाकारण काळजी वाटाय लागली... रेडकू बारकं. निदान जाफराबाजीला माशा चावल्या असत्या तरी काय वाटलं नसतं.

पब्याला घेऊन मी फाळक्याच्या हिरीतलं बारडीभर पाणी आणलं नि रेडकाच्या डुईवर मारलं. थोडं त्येला पाजलं. त्येच्या शेपटीत हात घालून त्येला उठीवलं. हळूच उठून हुबं ऱ्हायलं... त्येची आई त्येला लांब चरतेली दिसली. तिच्याकडं आँऽ करून गरीब डोळ्यांनी हळूहळू गेलं... माझ्या मनावरचा दगूड उतरला. इन्नाकारण म्हवाला दगडं मारली असं वाटलं.

म्हसरांच्या पाठींवर पोती टाकून त्येंच्यावर पोरं पालथी पडून घराकडं चालली. पोटं कुसाडीच्या वर आलेली. चाऱ्याची गुंगी अंगातनं पसरलेली. खुशाल एखाद्या कोकराला घेटल्यागत पोरांस्नी पाठीवर घेऊन ती थंड डोळ्यांनी घराकडं रवथ करत चालली.

काकड्याचा पब्या म्हशीवर बसून आरडून गाणं म्हणत हुता. त्येनं आपल्या म्हशीच्या शिंगांस्नी इचवाची माळ दोन्ही शेवटांस्नी बांधली हुती... म्हस ती काळ्या फुलांची माळच समजून खुशाल सरळ मान करून वाटंनं चाललेली.

...काय थोडं इच्चू मेलं हुतं. काय थोडं वळवळत हुतं. काय थोड्यांस्नी सारखं लोंबकळून नि नांगं मोडल्याच्या कळीनं झीट आल्यागत झालं हुतं. सगळं इच्चू गरीब गरीब दिसतेलं. कुठं जाऊन मरणार हुतं कुणाला दखल? पब्याच्या मर्जीखातर गावातल्या पोरांस्नी ते आपला जीव घाण ठेवून भ्या दावायला चाललं हुतं.

...गुरांढोरांची गडबड थांबली. माळाचा जीव गमावल्यागत झाला. किडं-मुंग्या झोपून गेल्या. पाखरं परतून गपगार झाली... दीस कसा माळाच्या अंगाखांद्यावर बागडत गेला.

हिरव्या रानावर हळूहळू अंधार उतरू लागला. दीसभर हलकं-हलकं झालेलं मन अंधार येईल तसं जडजड झालं नि एकलकोंडं होऊन खोपीत बसलं.

सोळा

पाऽट झालेली दिसती. कोण काय हलत न्हाई नि बोलत न्हाई. समदं जिथल्यातिथं नि जसंच्या तसं. चित्रागत... आपूण तरी कशाला हलायचं? गप डोळं बिनहलीवता पडावं. आळससुदीक देऊ ने... असंच जगत ऱ्हावं. न्हाई तरी रोज पाटंचं उठायचं, अंगावरचं कांबरूण फेकून द्यायचं, चटाचटा कामं करायची; रात झाली की पुन्ना घोंगडं – आज नगंच हे. अंग दगडागत जड झालंय. दिसाला फसवावं नि आपूणबी दगूडच हाय असं समजावं. मालकबी फसंल... मालक न्हाई फसायचा. त्यो माझं तसंच दगडागत पडलेलं अंग उचलून कामाला जुपंल....

आयला! त्या कोल्ह्यांनी माझी रात जागवून काढली; म्हणून ह्यो आळस आला. रातभर नुसतं उसाभवतीनं हेलपाटं घाटलं. तरी एकबी गावलं न्हाई... ह्येंच्या तरासानं वड्याकडच्या बाजूनं कूड घाटल्यागत काट्यांच्या किंजळाचा कूप घाटलाय तरी उसात शिरत्यात. कुठनं शिरत्यात काय पत्त्याच लागत न्हाई... कोल्ह्याची जात. एखाद्या वक्ती त्यांस्नी कुठं कूप घाटलेला न्हाई हे आधी ठावंबी असायचं.

मध्यान्ह रातंचच ह्येंनी वड्याकडच्या बाजूला हुक्की दिली नि हाक मारत हातात खंदील घेऊन उसाच्या भवतीनं नि मधनं खांड-पाटातलं फेऱ्या माराव्या लागल्या. वड्याच्या खांडाची पाच-सात वाकुरी आदूगरच ह्येंनी मधनंच कातरून

टाकल्यात. मालक सारखा वरडाय लागलाय. त्येला तरी काय ठावं ही कोल्ह्याची जात हाय ते. एक दीस तरी ती गावत्यात? येतानंबी गावत न्हाईत नि जातानंबी गावत न्हाईत... घोळक्यानं येत्यात. उसापाशी आली की, फाटाफूट होऊन आत घुसत्यात. सगळ्या बाजूनं सगळी. खाऊपतोर एकमेकात बिलकूल बोलत न्हाईत. चावल लागला तरी लगीच गप. घटकाभरानं पुन्ना खायाला सुरू. खाऊन झालं की, पोट भरल्याची एकानं हुक्की द्यायची. दुसरी हुक्की दुसऱ्यानं. हुक्की देत समदी एका जागी जमली की पशार.

ह्या हुक्क्या ऐकूनच आम्हाला जाग. मग उसाकडं जाऊन तरी काय उपयोग? गावलंच तर एखादं चेंगट कोल्हं माळानं परत जातानं त्येचं हिरवं डोळं उजेडात चमकायचं. पर हे मालकाला सांगून काय उपयोग? आणि मनाला तरी पटून काय उपयोग? कोल्ह्यांनी हुक्की दिली की, हातरुणात चैन पडत न्हाई.

...उगंच नीजमोड. रातचं ह्या कोल्ह्यांची तोंडंबी बघायला मिळत न्हाईत; मग कोल्ही काय बघायला मिळणार? ...आणि म्हणं उठल्याबरोबर कोल्ह्याचं तोंड बघावं. रातचं बघायला मिळत न्हाई नि दिवसा मग काय बघायला मिळणार हाय ते? ऊस खाल्लेला तेवढा बघाय मिळतोय....

ढोरांस्नी वैरण घालावी नि गप पडावं....

"म्यांऽऽ आँऽऽव, म्यांऽऽ आँऽऽव" कानांवर आवाज आला नि अंग ठणकत हुतं तरी इंगळी डसल्यागत चटाककन उठून बसलो. अंगात तसंच उशाचं कुडतं घाटलं नि बाहीर आलो. आवाज कुणीकडनं येत हुता काय कळत न्हवतं. अंदाजानं वड्याकडं कान लावलं. आवाज तिकडनंच येत असावा.

उसाकडनं तसाच पळत गेलो. वड्याच्या झाडकांडात हिकडं-तिकडं बघाय लागलो. कुठंच काय दिसून येईना. न्ह्याळत न्ह्याळत फुडं चाललो. आवाज फुडंफुडंच चालल्यागत दिसत हुता. तिकडं पळत गेलो.

थंडगार असलेल्या करंज्याच्या झाडाच्या फांदीचा एक झुबका सळसळला. हळूहळू तिथं गेलो नि झुबक्यात बघितलं. नुसती हिरवीगार पानंच दिसत हुती... हिकडनं तिकडनं हळूहळू न्याहाळून बघितलं नि हिऱ्या-माणकाचा खजिना दडवून ठेवल्यागत पिसांवरचं डोळं चमकलं.

...राम-राम-राम, राम-राम-राम! जरा चांगला दीस देवा. असा बाहीर ये. यल्लाम्माचा दरबार बघिटल्याचं सुख मला मिळंल. जोतिबाच्या पायांचं दर्शेन हुईल. गाईचा काना येईल. राम-राम-राम, राम-राम-राम, हाल जरासा. पिसारा पसर. झाडाला पुण्याई लाभू दे. माझं डोळं तुझ्या डोळ्यांनं निवू देत...

पाच-सा सालं झाली. आज दर्शन घडतंय. देव आल्यागत आलास... पांग फिटंल का बाबा माझं? काय तरी तसं कर. लगीन होऊ दे. संसार वाढू दे. पोराबाळांची फळं लागू देत.

...राम-राम-राम, रामराम-राम!

हुशऽऽ! हाऽऽ! हुशऽऽहुशऽऽ! ...सूर्व्यनारायण उगीवला असंल. दे सगळं दर्शेन.

उडाला. तुरा डुलवत फराफरा पख्खं हलवत निघाला. डोळं मिटून पाच-पन्नासदा हात जोडलं. राम-राम केलं. डोळं मिटूनच बघिटला. फुडं-फुडं गेला... म्यांऽऽ आँऽऽव, म्यांऽऽआँऽऽ! झाडं हलून गारेगार झाली. तिकडं आता जाऊ ने असं वाटलं... आता जाऊ दे आपल्या मार्गानं. डोंगरात कुणाला तरी कवा तरी दिसतोय. असा आसपास राजाम्हाऽराजा आल्यागत साला-चार सालातनं फिरत येतोय. रानाला आशीर्वाद देऊन जातोय... वड्याच्या काठाला पाडव्याची आंघूळ केल्यागत उदंड-उदंड वाटलं. झाडांस्नी दर्शेन घडलं. पिसाऱ्यानं गुदगुल्या झालेली पानं अजून हसाय लागल्यात. लांबनं बघिटला तरी पिकं डुलाय लागल्यात... करंज्याच्या झाडाचा पिसारा तर तसाच पसरून ऱ्हायलाय.

अंगावर तसाच पिसारा घेऊन परत फिरलो.

हुंबराच्या झाडावर पिसारा हरवलेल्या मोरागत बळवंक्या बसल्या हुत्या. पिवळं सुकलेलं पाय. मान गरीब-गरीब वाकडी... आरडणंबी तसंच. त्येंच्या नशिबात तळ्यातल्या बेडक्या, ढोरांच्या अंगावरच्या तांबवा, माळावरचं टोळ-किडं ह्यंचा चारा... कशाला तुम्ही जगतासा? नुसती पांढरी अंगं हाईत म्हणून? ...मालक बघा... कसा मोरागत जगतोय.

ढोरांची शेणंघाणं काढली. च्या करून पिऊस्तवर तासभर दीस वर आला. इळा-दोरी घेऊन गवात कापायला वड्याकडंच्याच बांधाला चाललो... दीस चांगला जाणार असं वाटलं.

गवतात काय तरी जाताजाता दिसलं. हळूच पायानं गवात पासलं केलं तर आळिंब्याचं बिऱ्हाडच्या बिऱ्हाड उगीवलेलं. बारक्या पोरांनी छतऱ्या दडवून ठेवल्यागत. दांडग्या छतरीबुडी बारक्या बारक्या छतऱ्या... माझ्या न्ह्यारीची जिती भाकरी. तिथंच गवताला गाठ मारली. येतानं कोरड्याशाला घेऊन जायचा इचार केला.

आणि काय गावत्यात काय बघत, गवात अधनं-मधनं पासलं करत चाललो... कालऽ कालऽ कालऽ कालऽ कालऽ. एकदम चित्तूर उठला नि दंगा करत उडून गेला. झाडकांडात जाऊन बुडाला. नुसता दंगा करत पळून

गेला. काय तरी भलताच गुन्हा केल्यागत कालवा. वैतागलेला आवाज.

उडून गेलेल्या जाग्याला बघिटलं तर तशीच चितरी दोन अंडी... उकडून खायाला येतील, म्हणून ती ज्याकिटाच्या खिशात टाकली.

भारा बांधाय आणलेल्या दोरीची कोपरी टाकून हातावर थूक घाटली नि इळ्याची मूठ हातात धरली. येतानाच इळा दगडावर घासून आणला हुता. कापायला मजा येत हुती. गवातबी एकारणीचं. कवळंलूस. रानावर हिरवी साय आल्यागत.

घसघसा पेंड्यावर पेंड्या पडू लागल्या.

पेंड्या पडतील तसं गवतावर बसले डास उठाय लागलं. उघड्या मांड्यांस्नी चटाऽटा चावाय लागलं. चावलं की लालबुंद रगात. सोंड आत घुसूस्तवर काय पत्त्या लागायचा न्हाई. घुसली की मासापतोर सुयी गेल्यागत व्हायचं.

त्यांस्नी वैतागून जास्त घसा-घसा गवात कापाय लागलो. भसाभसा मुठी टाकून पेंड्या बांधाय लागलो... मांड्यावर, दंडांवर चापटं. धरली मूठ की घाटला इळा की आलं गवात. बाकीचा इचार न्हाई.

धाईस पेंड्या झाल्या नि एक मूठ लालभडक झाली. एकदम घाबरून गेलो... आयला! हात कापला का काय? – गवताची मूठ तशीच टाकली. रंगलेला इळा तसाच फेकला नि डाव्या हाताच्या तळव्याकडं बघिटलं. करंगळीकडचा भाग निरखला. सगळा तळवा तसाच शाबूत. नुसतं रगात माखलेलं... इच्याभणं, हे रगात कशाचं?

गवताच्या मुठीकडं वळून बघिटलं तर ती वळवळत हुती... दचकलो. इळ्यानं मूठ इसकटून बघिटलं तर सापाचा मुंडक्याकडचा दीड ईत तुकडा वळवळतेला. काळजाचं पाणी झालं. हाताला सापाचं रगात लागलेलं... इळा तसाच घेऊन हुबं गवात फासणून बघिटलं तर तिथं हातभर हिरवा तुकडा वळवळत तळमळतेला. गारठून साप एका जागी बसला हुता... त्या गारठ्यात त्येला हलायला जमलंच नसावं... चित्तरागत त्येला आरडाय आलं असतं, तर बरं झालं असतं... वरडला असता, तर नेमकं मुंडकंतरी ठेचून चटक्यासरशी जीव घेटला असता. इनाकारण असं तळमळत बसावं लागलं नसतं.

डावा हात थरथराय लागला हुता. रगतानं माखलेला तसाच लालेलाल. मन घट्ट केलं नि इळ्याच्या कोचीत सापाचं मुंडकं मारलं. तसंच वड्यात टाकून दिलं. उरलेला हातभर तुकडाबी तसाच टाकून दिला. दोन्हीबी तुकडं तळमळत व्हात निघून गेलं.

मातीत इळा नि हात घोळसला नि दगडावर घासून घासून सोच्छ धुतला...

एखाद्या वक्ताला माझ्या न्हाईतर ढोरांच्या पोटात रगात जायाचं. पटाकदिशी जीव जायचा. – रगतानं माखलेली गवताची मूठ तशीच वड्यात टाकून दिली. हात नि इळा वड्याच्या धारंत जाऊन खळाखळा धुतलं. पुन्ना मातीत घोळसून, पुन्ना धुवून काढलं. सोच्छ पुसला.

धुता-धुता वड्याच्या काठाच्या बिळात भला दांडगा शेवटाच्या बारक्या भाकरीएवढा खेकडा आत जाताना दिसला. एका माणसाची बेजमी. इळ्याची कोच जाकिटाला पुन्ना सोच्छ पुसली नि खेकड्याच्या पाठीत खच्चून मारली. सरळ आरपार घुसून खालनं बाहीर आली. खेकडा अच्चादी वर आला. आठीच्या आठी पाय नि दोन्ही नांग्या सूत उकलल्यागत वळवळू लागल्या. अंगालाच डोळं. रक्ताचा तर पत्त्या न्हाई. तरी भाजून खायला उकडलेल्या शेंगांगत चवदार. गंमत करावी म्हणून दोन्ही नांग्यांत गवताची काडी घातली. तसल्यातबी खच्चून आवळून त्येनं कातराय बघितली. इळा तसाच वर कोच करून ठेवला नि गवताचा भारा घातला. इळा नि भारा घेऊन खोपीकडं निघालो.

बांध नि ऊस ह्यंच्या मधी असलेल्या पायवाटंनं चाललो. मधासावर गेलो नि साताठ चितारलेल्या चेंडूंचा घोळकाच्या घोळका पायाफुडनं तुरुतुरु गेला. चूपचाप गवतातनं चरून आला नि चूपचाप उसात गेला... डोळं भरून ह्या भुरल्या एकदाबी बघायला मिळत न्हाईत. भिकारी कसं मारून आणत्यात कळत न्हाई... आयला! जल्मात एकदाबी भुरलीचं मास खायला मिळालं न्हाई.

भारा टाकला नि परत जाऊन आळिंबी आणली... समद्यांची मिळून आज न्यारी झेकास हुणार हुती. पावसुळ्यात असं कायबाय मिळाय लागलं म्हंजे बरं वाटतं. ढोरांबरोबर माझ्याबी अंगावर मूठभर मास चढतं. वल्ल्या मिरच्या जाऊन आणल्या नि ठेचून खर्डा केला. ढोरांस्नी वैरण घालून चुलीफुडं येऊन बसलो.

च्याऽच्या भांड्यात चितराची अंडी उकडायला टाकली. चूल पेटवून खालनं जाळ दणका लावला. आतली खांडं लालेलाल झाली नि खेकड्याची आठवण झाली. मागं बघतोय तर हातभर लांब इळा गेलेला. खेकडा तेवढा दांडगा, आरपार इळा घेऊन खरडत चालला हुता. अजून त्येचा जीव गेलेला नव्हता. इळा तसाच उचलला नि पैल्यांदा नांग्या मोडून काढल्या. मग आठीच्या आठी पाय मोडून काढलं. एका जागी केलं नि हळूच रक्शाखाली घातलं. बोटं तुटलेल्या तळहातागत खेकडा दिसाय लागला. त्यो तसाच उताणा चुलीत टाकला.

घटकाभरानं उगंचच बाहीर फेरी मारली. म्हस तशीच फतकाल घालून

बसली हुती. बघतोय तर पाठीमागच्या खुब्यावर कावळा बसून तिच्या दुखावरच्या खपल्या टोकरून खाईत हुता. टक्कर होऊन पंधरा दीस झालं तरी जखम बरीच हुईत न्हवती.

"खाऽळ" म्हणून कावळ्याला हाणलं. उडून जाऊन जरा लांब बसला. जवळच दुसरा कावळा बसून तिच्या शेपटीची केसं उपडून न्ह्यायच्या बेतात हुता. त्योबी उडाला.

न्ह्यारी केली नि टरफालं टाकायला चुलवाणाकडं गेलो. मालक पांदीतनं वर खोपीकडं येताना दिसला. बरोबर कोणतरी.

मालकानं घाणवडीवर आल्यावर नुसतं माझ्याकडं बघिटलं. राजा पायांत घोटाळायला गेला. त्येला लाथ बसली. मालक सरळ गोठ्यात गेला.

"हे माझं रेडं."

... रेड्यांचं त्येंच्याकडं ध्यान न्हवतं. टिक्का रेडा तेवढा मालक आलेला बघून आँऽ करून वरडला नि खाली बघून वैरण खायला लागला.

"बरंच ठकलेलं दिसत्यात." आलेला माणूस.

"उन्हाळभर रगडून कामं केल्यात त्येंनी. आता पावसुळा झाला की, दलदुप्पट दिसतील... कामाला बैलांस्नी मागं सारत्यात."

माणूस हासला. "मग कशाला इकतासा?"

"एवढी ढोरं ठेवून काय करायची आता? बैलांसकट समदीच इकून काढायची हाईत."

"का?"

"ट्याक्टर येणार हाय आवंदाच्या पाडव्याला."

"आणि मोटंला?"

"ट्याक्टरवर पंप चालवायचा."

"हे ब्येस."

आलेल्या माणसानं मागनं फुडनं रेडं बघिटल्यावर मालक हेड्याच्या भाशेत बोलाय लागला. "गरिबाचा मळा फुलवायला जात झेकास हाय. काय कमी पडू द्यायची न्हाई. शिवाय सस्तात. एका बैलाची किंमत नि चार बैलांचं काम. शिवाय वासं जरी फुड्यात घाटलं तरी फोडून खातील."

"ते खरं हाय. पर ठकलेली दिसत्यात गा... का म्हातारी झाल्यात?"

"छे! छे! व्हटाळी इचकून बघ वाटलंत तर. सगळं दात शाबूत हाईत. उन्हाळसारी कामं का थोडी वडली त्येंनी?... ह्येंच्या जाग्याला बैलं असती तर असल्या कामानं नि असल्या वैरणीनं कवाच हाडांचं चंदन करून गेली असती."

मी खराटा घेऊन आत खोप लोटायला गेलो. कारण न्हवतं तरी खराखरा खोप लोटाय लागलो... पोटात खेकडा नांग्यांनी आतडी तोडाय लागलाय असं वाटू लागलं. मालक नि त्यो माणूस तसंच फिरत-फिरत बोलत भुईमुगाकडनं फेरी मारून आलं.

"नारबा, जरा च्या कर रे."

मी डेचकं धुऊन च्या केला. पाव्हण्यानं मिशा बुडवून थाटलीतनं भुरकला. धोतरानं तोंडं पुसून मालकाला पान खायला दिलं नि धाऽच्या दोन नोटा काढल्या.

"ह्यो सस्कार."

...रेडं गेलं.

"बघतो; मेळ करून शनवार-ऐतवारी येतो. तवर असू द्यात तुमच्याच दावणीला."

"चालंल की. पर आठ दिसांत रेडं घेऊन जायचं. न्हाईतर फुडं मी काय वाट बघणार न्हाई."

"न्हाई. मी सोमारला तरी हितं नक्कीच हाय."

"बरं."

"रामराम!"

"रामराम!"

माणूस उठून गेला. मालकानं म्हशीची धार काढायला सांगिटली. कासांडी धुऊन मी ती काढली. घटकाभरानं दूध घेऊन मालकबी घराकडं गेला.

उगंच बाहीर दावणीकडं गेलो... रेडं एकाएकी गरीब दिसाय लागलं. खाली मुडी घालून फुड्यातलं गवात खाईत हुतं. काडी नि काडी येचत हुतं... सगळ्या खोड्या केल्या; पर वैरणीच्या बाबतीत कवाच मस्तीला आलं न्हाईत. जे घालंल ते खाल्लं. तक्रार न्हाई.

...रात न्हाई, ध्याड न्हाई; कवाबी कामाला वडली. कितीदा तरी वडली. हूंऽ न्हाई का चूऽ न्हाई. कामापायी कचणीनं डोसकी चिरून टाकली. आता तर कचणी कचून-कचून शिंगटं मोडायची पाळी आलीया... तरीबी गपगार. पावसुळ्यात आता कामं न्हाईत म्हणून वैरणबी पोटभरून न्हाई. माळाला ताणून द्यायची. सांजचं पोटं टूम. उगंच मलाच लाज वाटती म्हणून कवाकवातर एखादी पेंडी टाकून देतोय.

कामं करून मरमर मेली तरी मालकाला माया न्हाई... जातीनं कुदांडपणानं आपल्या जल्माचं वाटूळं करून घेटलं. एवढी कामं करून मरत्यात खरं; कुणाला कळकळच येऊ देत न्हाईत.

सतरा

...पैलं कोंबडं वरडायच्या आदूगरच टिटवी आपला न्हवरा मेल्यागत आरडाय लागली. मघापासनं ऊर बडवून घेत हिकडनंतिकडनं आभाळातनं पळतीय. रेडं गेल्यापासनं अशीच वरडती. आता कुणाला घेऊन जाणार हाय कुणाला दखल?

...टिटऽ टिटऽ टिटवीऽ

समिंदर आटवीऽ

टिटऽ टिटऽ टिटवीऽ

समिंदर आटवीऽ....

...आटीव बाई. नदीला पाणी भरपूर आलंय. तेबी व्हावं तर पिऊन घे जा. पर हितं ह्या खोपीवरनं वरडू नगं. उगंच मनाला कातर लागतोय. मालकाच्या मनात काय न्यारंच हाय. त्यात पुन्ना आणखी काय भानगड नगं... तुला एवढी तान लागली कशी? पावसुळ्याचं दीस. तुझं तोंड खराट खराट झालं कसं?... समदा समिंदर पिऊन टाकशीलबी तू. तुझं अंग एवढंसं. पाय काटकुटीगत. कायमची आऽ झालेली नि तान लागलेली चोच चिमणीएवढी. तरी आभाळ भरून आवाज उठावा एवढा जोर. आभाळ भरून तुला पाणी पाहिजे असणार. ते न्हाई मिळालं की, मग तू कुणाचा तरी जीव घेणार... जीव घेऊन कुठं अंधारात जातीस? अंधारातच आभाळ भरून पसरणं.

...दिवसा तर तुझं रूप मोठं नाजूक दिसतं. देखणं. सारखा-सारखा साबूण लावून धुतल्यागत निर्मळ अंग... राती ह्याच रूपाचं तुझं भूत हिंडतं. मरणं हुडकत जातं... ह्या मळ्याचंच मराण आता आलंय जवळ. त्यात माझं काय नि ढोरागुरांचं काय... हिंडतीस त्या मळावरच्या किड्यामुंग्यांची, सरडा-कोंबड्यांची दशा तीच... बघत ऱ्हायाचं. आणि भोग आला म्हंजे भोगत ऱ्हायाचं....

अधू झालेल्या मनानं पाटंचं उठून वैरण घालाय बाहीर आलो. दावणीला पाडीच्या नि रेड्यांच्या जाग्यांला दोन जागी भसकं पडलेलं दिसलं. मन टाकं घाटल्यागत आकसलं... काय करू ने का सवरू ने; ढोरांस्नी वैरण घालत तिथंच बसावंसं वाटलं. जीव पातळ होऊन व्हायाला लागला.

सकाळ अशीच मळमळत गेली.

म्हशीनं धार दिली न्हाई म्हणून जरा पिकाच्या कडंकडंनं दड्ड घासाय सोडली. तिन्हीबी म्हसरांस्नी मेवा मिळाल्यागत झालं. ढोरं चरताना माझ्याबी मनाला हुशारी आली.

पर बसायची सोय न्हवती. सारखं पारंकऱ्यागत काठी हातात घेऊन तोंडाम्होरं हुबं ऱ्हावं लागत हुतं. ती चरत फुडं जातील तसं आपूणबी फुडंफुडं सरकावं लागायचं. न्हाई तर पिकाचा मुडापा. बसलं की मुद्दाम लगालगा चरत लांब जाईत हुती.

हुबं ऱ्हाऊन-ऱ्हाऊन नि रेडकाला वैतागून काव आला. वरनं ऊन लागंल तसं डोळ्यांला पेंग येऊ लागली. म्हणून घटकाभर तशीच चारली नि खोपीकडं घेऊन गेलो... म्हशीची फऱ्यावरची जखम ईस-पंचवीस दीस झालं तरी बरी हुईत न्हवती. चिघळतच चाललेली... मालकानं फुरं हुईस्तवर बोलून घेटलेलं. इनाकारण काळजी लागून ऱ्हायलेली.

त्यांस्नी बांधलं न न्ह्यारी करायला बसलो... न्ह्यारी करून गवतं कापून यायचं. ढोरांस्नी पाणी दावायचं. शेणं भरायची.

ढेकूर देत बाहीर आलो तर म्हशीच्या पाठीमागच्या ढोपरावर दोन कावळं... खाली निरणाकडं मान घालून जखम टोकरतेलं. म्हस डोळं झाकून गप.

आत जाऊन लांब वादीचा चाबूक घेटला. खोपीच्या पलीकडं मांडवाच्या पाठीमागं वळचणीसंगट चिकटत चिकटत दडून जवळ गेलो. कावळं आपल्या नादात दंग. हळूच वादी धरून हात वर केला नि काऽडदिशी हुबा चाबूक कावळ्यावर वडला... धडपडत एक कावळा खाली पडला नि एक साटदिशी सटकला. काऽव काऽव करत लांब उडत गेला. पाठीमागं बघायलासुदीक तयार न्हाई.

म्हस चटाकदिशी वादाडा बसल्याबरोबर चमकली नि उठली. हिकडं-तिकडं नाचली. त्यात कावळा सरळ तिच्या पायांखाली... खल्लास. जरा धडपडला, फडफडला नि थंड झाला. आता हुता नि आता न्हवता.

सरळ पखुट्याला धरून उचलला. बाजल्याचा सुंब काढला नि दोन्ही पायांला बांधला. म्हशीच्या मागच्या बाजूला मांडवाच्या आडव्या वाशाला टांगून दिला. चांगला लांबनं दिसंल अशा बेतानं बांधला... आता सगळ्या कावळ्यांस्नी अद्दल घडंल. म्हसरांस्नी टोकरतानं काय हुतंय त्येचा परिणाम दिसंल. आता काय काळजी न्हाई.

शेळीला नि बकऱ्याला उसात जाऊन शेवरी मोडून आणली नि त्येंच्याफुडं टाकली. मांडवाकडं डोकावून बघिटलं.

मघाशी लांब-लांब आरडत गेलेला कावळा फिरून आलेला. त्येच्याबरोबर दुसरा एक कावळा गपगार येऊन बसलेला. मी घाणवडीवर गेलो नि लगीच दोन्ही उडालं. कारीजवळच्या लिंबाऱ्यावर जाऊन बघत बसलं... एक जण वर बघून आभाळाला हाक माराय लागला. बरोबरचा दुसरा हिकडं-तिकडं बघत गप्पच हुता... घटकाभरानं त्योबी वरडाय लागला.

खोपीत जाऊन मुद्दाम घटकाभर गप बसलो. उगचच हातात पुन्ना चाबूक घेटला. तंबाखू वडला नि चाबूक घेऊन हळूहळू खोपीकडच्या बाजूनं पुन्ना म्हशीकडं गेलो.

लिंबाऱ्यावर कावळं आरडतेलं. तिकडं ध्यान न्हाईच. म्हशीच्या पाठीमागं जाऊन बघिटलं तर एकबी कावळा न्हाई. मग लिंबाऱ्यावर नजर गेली... चार-पाच कावळं जमा झालेलं. एक-दोन लिंबाऱ्याच्या भवतीनं पर्दक्षिणा घालून वरडत हुतं... हळूच मांडवापतोर वरनं येऊन एखादा भिरीका मारून जाईत हुता.

काय तरी करू द्यात म्हटलं नि गवात कापाय गेलो... बैलांस्नी वैरण तरी पाहिजे.

तीन-चार पाचुंड्यांचा भारा आणून खोपीसमोर टाकला नि लिंबाऱ्याकडं बघिटलं तर समदा लिंबारा कोळशाच्या झाडागत झाला हुता. झाडांभवतीनं कावळं फिरत वरडतेलं. पुन्ना बसतेलं... माणूस मेल्यावरसुदीक एवढी माणसं जमत न्हाईत एवढं कावळं. एकाद-दुसरा मांडवाकडं येऊन वरडत-वरडत दर्शेन घेऊन जाईत हुता. झाडावर बसलेला दुसरा येत हुता... दर्शेन घेऊन जाईत हुता... बघतानं असंबी वाटायचं की, आपल्या घरातला कावळा हाय का काय, ते बघून जावं म्हणून न्ह्याळत असावंत.

काय करत्यात बघू तरी म्हणून कावळ्याला मांडवासनं सोडाय लागलो.

सोडतानं कावळा हलाय लागला नि मढ्याला उचलतानं जसा सगळा योट उडतोय तसा कावळ्यांनी जास्तच कालवा केला. साताठ कावळं मांडवाकडं धावून आलं.

कावळा हातात धरून लिंबाऱ्याच्या खाली न्हेऊन टाकला. मुरगळलेल्या मानंनं पडून ऱ्हायला... म्हशीच्या जखमंवरच्या खपल्या खाण्यासाठी कायमचा रुसल्यागत दिसला.

लांब झालो. लिंबाऱ्यावरचं कावळं वरनं काळी ढेकळं वतल्यागत खाली सांडलं. कावळ्याच्या भवतीनं काळा काळा ढीग नाचाय लागला. ऊर बडवून घेटल्यागत वरडाय लागला. मेलेल्या माणसाला मिठ्या मारून रडारड करत्यात तसं कराय लागला... माणसं बरी.

...गेल्या जल्मीचं वाडवडीलच असणार. त्याबिगार समदं माणसांगत करायचं न्हाईत. ह्या गावातली समदी मेलेली माणसंच असणार ही. माणूस मेल्यावर त्येचा जीव कशात तरी अडकला असंल तर त्यो कावळ्याच्या जल्माला जातोय. दर सालाला म्हाळ जेवून पिंड खातोय... एखाद्या वक्ताला मालकाचं आई-बाऽबी ह्येंच्यांत असायचं. त्येंचाच मळा. कावळ्याच्या रूपानं हिंडायला येत असतील.

...एखाद्या वक्ताला मेलेला कावळाबी त्यातलाच एक असायचा... आपल्याच म्हशीला खाऊन घ्यायला हक्कानं आलेला असणार. आता त्यो मेला असंल, तर त्येच्या जिवाचं काय हुईल कुणाला दखल? माणसाच्या जिवाचा कावळा. आता कावळ्याच्या जिवाचं काय? एखाद्या वक्ती भूत होऊन रातचं उरावरबी येऊन बसायचं.

...मेल्यावर असाच कावळा हुईन. उडत-उडत येऊन पिंड शिवीन. माझा म्हाळ कोण घालणार? ना बायकू ना पोरं... पिंड शिवायचाच न्हाई. बायकू द्या तवा पिंड शिवीन. न्हाईतर न्हाई. निदान कावळ्याच्या जल्माला गेल्यावर तरी बायकू पाहिजे.

...आयला, कावळा नि कावळीण एका जागी दिसत न्हाईत. रातचं घरट्यात एक हुईत असतील, दार झाकून. बाकीच्या कावळ्यांस्नी बिन कळता. माणसाचीच खोड... रातचं जीव जल्माला आल्यानं कावळा काळा हुईत असंल? काय कळत न्हाई. समदा काळोख... काळा-काळा!

राजा पांदीकडं तोंड करून भुकाय लागला. उठून बघिटलं तर मालकीण नि एक तेलकट तोंडाचा माणूस येतेला.

दोघं जण आली नि थेट शेरडांकडं गेली. माणसानं दोन्ही काळीशार करडं

मानंत, मागच्या दोन्ही पायांत, फऱ्यांत हात घालून चाचपली. कोबीचा गड्डा उचलून बघावा तशी बघितली.

वाद घालून किमती केल्या.

किंमती केल्या नि मला न इचारताच मालकिनीनं पैसं मोजून हातांत घेटलं. माणसानं आणलेली दावी करडांस्नी लावली. बसून बिडी वडली.

खिशातल्या बंडलातल्या दोन बिड्या काढून माझ्याकडं फेकल्या.

"घे रे. वड बिड्या."

मी जाऊन त्या उचलल्या... खोपीच्या दारात हुबा ऱ्हाऊन करडांकडनी बघत हुतो तर त्येला वाटलं मला बिडीच पाहिजे.

"पाटाकडची शेवरी मूठभर घेऊन ये." त्येनं मला सांगिटलं. मी रेंगाळलो.

"जा रं नारू. त्यांस्नी मूठभर शेवरी आणून दे."

मालकिणीनं सांगिटलं नि मी उसात जाऊन बारकी पेंडीभर शेवरी आणली... निदान तेवढी तरी करडांच्या पोटांत. मग चारपाच दिसांनी उरसाच्या दिशी हाईच.

हातातली शेवरी बघून शेळीनं वड घेटली. तिला मूठभर टाकली. पाला तोडाय लागली.

तेलकट तोंडाचा माणूस शेवरी घेऊन नि करडांची दावी धरून उठला. घराच्या वाटंनं चालला. हातात शेवरी. पर करडं शेवरीकडं बघायलाबी तयार न्हाईत. ती दाव्याला लोंबकळाय लागली. शेळीनंबी तोंडातली शेवरी टाकून करडांस्नी हाक मारली. गळ्याला दावं फासत हुतं तरी करडं मागं बघाय लागली. म्यांऽ करून आरडाय लागली... त्येंची नखं वाटंवर रुतत हुती; तरी दावं धरलेला माणूस त्यांस्नी वडत हुता. खुट्ट्याची शेळीबी दाव्याला लोंबकळाय लागली.

पाय वडत तशीच करडं चालली. अधनं-मधनं जवळ धरून त्यांस्नी दाव्याचं फटकं बसतेलं... हळूहळू त्येंचा आवाज ऐकू येईनासा झाला.

शेळी येडबडली. हिकडं-तिकडं मोठ्या डोळ्यांनी बघाय लागली. भेंड्या खुडून न्हेलेल्या झाडागत तिचा जीव झाला. नजर मोकळ्या दिसणाऱ्या वाटंकडं... ही पाचवी येळ. अशा गोष्टीची तिला आता सवं झाली पाहिजे....

...रेडं, पाडी, कोंबड्या गेल्या तवाच मला, खोपीला नि गोठ्यालाबी तशी सवं झाली हुती.

अठरा

पिकं सुगीला येऊ लागली नि दीस आणखीबी वंगाळ येत चाललं. नगं-नगं म्हटलं तर मालकानं थोरली बैलं इकायला काढली....

"...असं करा निदान, थोरली बैलं ऱ्हाऊ द्यात. त्येच्या बदली सोन्या-चाण्ण्या इकावंत."

"नारबा, तुला येव्हारातलं कळलं असतं, तर असा ढोरासंगं ढोर होऊन वागला नसतास."

"काय झालं?"

"येड्या, ही बैलं हिकडं-तिकडं चार सालाची धंनी हाईत. तिथनं फुडं म्हालिंग्यागत केत्तार होऊन गोठ्यात बसतील. मग पुन्ना नि दुसरी बैलं घ्या... घ्या, वजवा-वजवा करावं लागणार. त्यापक्षा हीच बैलं आता काढायची नि सोन्या-चाण्ण्या ठेवायचं. सालभर औत-अवजाराला ती वजलेली हाईत. आता घाणा झाल्यावर वरकामालाच ठेवायची हाईत ती."

"कसं वाटंल तसं करा. निदान थोरली बैलं सुगी होऊस्तवर तरी ठेवा."

"ठेवून का अंडी घालणार हाईत ती बैलं? आता उलट त्येंच्या अंगावर मास चढलंय. बसलेली हाईत. अंगात ताव आलाय. कुणीबी बघिटलं तर चार पैसं चढ देईल. उगंच सालभर बसवून ठेवण्यात काय फायदा हाय? वैरणीला रिकामा कार."

धाबारा सालं कामं करून घेटलेल्या बैलांचा मालकाला कार वाटला. मला तोंड असून जीभ नव्हती. बैलं बाजाराला अशीच अचानक चालली....

...सित्यानं धुतलेली कापडं अंगावर घाटलेली. दावणीत जाऊन त्येनं बैलांच्या गळ्यांतलं चाळ काढलं. त्येंच्याबदली मांगाकडनं आणलेलं रंगीत वाखाचं दोन कंडं घाटलं... बैलं नटल्यागत दिसली. पर बैलांस्नी त्येचं कायबी न्हवतं. ''नटीवत्यात नटवू देत तिकडं'' म्हणून ती हुबी.

''दीस बुडायला कोल्हापुरात गेली पाहिजेत बघ. रातची वस्ती तिथं. सकाळनं वैरणपाणी खाऊन न्ह्यारीच्या वक्ताला बाजारात हुबी ऱ्हायली पाहिजेत.'' मालकाचं सित्याला बोलणं.

''जमंल की. निदान तास-रातीला तरी जाऊन पोचतीलच. मोकळी बैलं हाईत. मोकळं चालायची त्यांस्नी सवं न्हाई. गाडी असती तर चटक्यानं गेली असती.''

शनवार हुता. सित्यानं दोन्ही बैलं सोडली. नवं कासरं लावलं... माझा जीव उनात पडलेल्या रानागत भेगाळत चालला. कायच बोलता येत न्हवतं.

''मालक, जरा परसाकडंला जाऊन येतो. म्हंजे वाटंत कुठं थांबाय नगं.'' सित्या.

''ये जा.''

सोडलेली बैलं पुन्ना खुट्ट्याला गुतपाळून त्यो माळाच्या साराकडं टंबरेल घेऊन गेला.

मी बैलांची अंगं चोळून काढली. दोघांचीबी मूठ-मूठभर केसं गोठ्यात पडली... बैलं डोळं झाकून निर्धास्तपणानं माझा हात पाठीवर फिरवून घेत हुती. वाघ्याला गळ्यातल्या नव्या कंड्याच्या वाखातल्या सळाचं बाहीर आलेलं तुकडं सारखं टोचत हुतं. त्यो ऱ्हाऊन-ऱ्हाऊनसारखी मान हलवत हुता. कंडा सुटत न्हवता नि टोचायचंबी ऱ्हाईत न्हवतं. पोळीखाली हात घालून एक-दोन सळाचं तुकडं तोडून काढलं.

सित्या आला नि बैलं त्येच्या मागं-फुडं बिनघोर चालली. जणू ती मोटंलाच चालली हुती... धावंवर गेल्यावर मोट धरायची. पिकांस्नी पाणी पाजायचं. वरचं आभाळ खूश व्हावं असं खालचं गारेगार पीक आणायचं. मालकाचं, पोरा-बाळांचं सुख घरात न्ह्यायचं....

पांद आली नि सित्यानं बैलांस्नी दोन-दोन-चटकं दिलं. अर्धी घटका बैलं येडबडली नि नाकाला वड लागतानं पायाबुडची मोटंची वाट सोडून पांदीत उतरली... आता मोट यायची न्हाई. पंधरा मैल चालत गेलं तरी मोटवाण दिसायचं न्हाई. मोटारीच्या वाटंच्या मोटारी, टरक, टोरिंगा अंगावर धावून

आल्यागत मागनं-पुढनं येतील. त्यांस्नी बगल देत एका बाजूनं सरळ वाट चालायची... लांब-लांब गेल्यावर बाजार येईल. तिथं बाजारात हुबं ऱ्हायाचं. मालक सौदा करंल. पैसं हातांत घेईल. दावी दुसऱ्याच्या हातांत देईल. ती दावी घेऊन ते बिन दिसणारं हात जिकडं न्हेतील तिकडं जायचं. जुपतील तिथं जुपून घ्यायचं. बांधतील तिथं बांधून घ्यायचं. घालतील ते गुमान खायचं नि कष्ट करायची – त्यांस्नी जणू हे कळलं हुतं. म्हणून पाठीमागं जलमभर नांदणूक केलेला मळा रांडमुंड करून चालली हुती.

अंगं चोळून मळलेलं हात हातांवर चोळलं नि मळ खाली टाकली. हातापायातलं बळ गेल्यागत झालं. दावणीतच घुंगटमुंडी घालून घटकाभर बसलो... निम्मा गोठा रिकामा झालेला.

सांजच्याला वैरण करायची हुती म्हणून उठलो. सकाळी दोन-तीन भारं गवात कापून आणलं हुतं. ते तसंच ऱ्हायलेलं. नाग्या-वाघ्याची वाटणी शिलकीला पडलेली. ...थोडं सांजच्याला बाटूक आणावं म्हणून जुंधळ्याकडं गेलो.

वड्याच्या कोपऱ्याचं जुंधळ्याचं रान बघून पोटात भसका पडला. कुणीतरी दावा साधला हुता. खळ्याएवढं हुरड्याचं रान निम्म्यातनंच कापून न्हेलं हुतं.

सगळं बघून गप बसलो. न्हाईतर माझाच जीव जायाची पाळी. दयामाया न करता हे चोर चोरून न्हेत्यात. कंबरतनं माणूस कापल्यागत धाट कापत्यात. हुरड्याला आलेला लाखमोलाचा जुंधळा ह्या साल्यांनी फुकावारी आपल्या ढोरांची नुसती रातभराची भूक भागीवण्यासाठी कापला... काय सांगायचं ह्यांस्नी... सालभर लेकराला जपल्यागत जपलेलं असतंय. त्येला पानं फुटली की, आपल्याला हात-पाय फुटल्यागत. त्येला पाणी न्हाई, तर आपला जीव कासावीस. त्येला दाणं आलं की, आपल्या अंगाला मोती मढीवल्यागत. – हे कुणाला सांगायचं? कुणालाच काय सांगाय येत न्हाई. बैलाबरोबर बैल झालो असतो नि दावणीला गपगार बसलो असतो तर बरं झालं असतं....

भसकरलेल्या मनानं पेंडीभर बाटूक काढलं नि किनीट पडायला खोपीकडं आलो. ...मेडीला अडीकलेलं चाळ बैलांच्या मोठ्या मोठ्या डोळ्यांगत दिसत हुतं.

आठ दिसांनी आमुशा आली. जुंधळ्यावर पाखरं बसून वणवा देत हुती म्हणून उठल्या उठल्याच पाखराकडं गेलो हुतो.

दीस उगवायला मालकाची हाक घाणवडीवरनं माझ्याकडं आली. पाखरं

भिरंच्या भिरं येऊन पडत हुती. हिकडनं उठीवली की, तिकडं जाऊन रानावर पडत हुती. सांदा न्हवता; तरी खोपीकडं गेलो.

"नारबा, तू नि सीताराम आप्पाच्या वाडीला जाऊन या. आमुशा हाय आज." मालक.

मनाला एकदम दांडगाच्या दांडगा भोपळा लागल्यागत झालं... आप्पाच्या वाडीला जाऊन आठनऊ सालं झाली हुती. भाकणूक ऐकून आलो, त्येच्यावर आज. तरी संशेव आला नि बोललो.

"असल्या दिसांत? पाखरं पिकाला वणवा लावाय लागल्यात."

"हांऽ. मी बघतो ती आजच्या दीस. पोरगंबी येईल. तू नि सीताराम वाडीला जावा. नि जातानं तेवढी गाय पांजरपोळात सोडून या."

ढोरं मळ्यातनं काढून टाकायचा सपाटाच चालला हुता. आप्पाच्या वाडीला कशापायी जायचं ते कळलं... वाडीजवळ देवांच्या गायरांचा पांजरपोळ. तिथं नको असलेली गायरं सोडून यायची.

...अशा वक्ताला मला काय बोलायलाच येत न्हाई... मालक काय करतोय ते गुमान करू द्यायचं.

सित्या नि मालक बोलत बसलं नि मी हिरीत जाऊन आंघूळ करून आलो. सणावारी घालायची कापडं आडदणीला गठळ्यात बांधून ठेवली हुती ती काढली नि चढविली.

सित्यानं नारोळ-निवद आपल्या पिसवीत घेटला. "हं, नारबा, सोड बघू गाय. उशीर नगं. हितंच दीस उगीवलाय. वाडीत जाईपतोर बारा वाजतील. उनाच्या रखात गाय पाय उचलणार न्हाई."

हात जड झाल्यागत झाला. गाईला सोडता सोडवंना... गाय ती माय. आठ पोरांची आय...

ऽ ऽ ऽ ऽ ऽ ऽ आई!

...तिच्याबी पोटाला आठ-नऊ पोरं.

हिच्या वासरांगतच आली तशी निघून गेली...

आई म्हणायची...

देवाच्या दरबारात रांगत असतील... खेळत असतील; माझी आठवण काढून खेळत असतील...

...कुठंतरी बघत बसायची. नुसता मी जगलेला. माझ्याकडं बघत-बघत माझ्या पाचव्या वर्सीच बा गेला... आई बाऽच्या जाण्यानं जास्तच पोकळ... तशात पोरांच्या आठवणी... काय थोड्यांची नावं ठेवलेली, काय थोडी बिननावाचीच गेलेली.

मला पंधरा वर्सांचा करून गडबडीनं चालती झाली. मी कामाला गेलो असतानाच....

परत आलो नि तिच्या वाटंला पोचती केली. घर असंच ह्या दावणीगत मोकळं झालं. नुसती भिताडं, उदास झालेली चूल, भांडीकुंडी बघीवली न्हाईत... मन घट्ट केलं नि चुलत्याला समदं देऊन तसाच बाहीर पडलो....

जड पायानं तसाच थांबलो. उगंचच आठवणी झाल्या.

''कां आणि? आटपा की. गाईसंगं चालायला दोन वाजतील तुम्हांला.''

मालकाचा आवाज... आवाजानं चित्त थाऱ्यावर आलं.

आत जाऊन रातच्या जेवणातला ऱ्हायलेला शिळा तुकडा आणला नि गाईच्या तोंडात दिला. तिनं त्यो पेंडीच्या तुकड्यात खाल्ला. हात चाटलं. पाणी दावलं. तेवढ्या सकाळी घटा-घटा बारडीभर पाणी प्याली.

तिला सोडलं... तडकीफुडं गाडगं धरल्यागत गुमान चाललो.

''थांब... थांब.''

थांबलो.

''ह्यो सव्वा रुपाया त्या पांजरपोळातल्या गायराख्याला दे. हे दोन रुपयं तुम्हांला खर्चाला नि देवाला ऊद-कापराला.''

पैसं देऊन मालक गाईच्या पाया पडला. तेवढंच बरं वाटलं. गाईनं त्येचाबी हात चाटला.

''जावा आता. लौकर या.''

''हां.''

चाललावं. सित्यानं गाईला पाठीमागनं मारायला एक काठी घेटली हुती. मी फुडं दावं धरून चाललेला... गाय दाव्याला नसल्यागत तरातरा येतेली.

...तीन-चार पाडं, तीन-चार पाड्या नि मणामणानं दूध देऊन शेवटाला देवाच्या गावाला चालली. खाऊन झालेल्या शेंगांच्या टरफलागत तिची दशा... चालायचा कट्टाळा न्हाई. नारबा फुडं हाय, त्येच्या हातात आपलं दावं. आपूण त्येच्या मागोमाग बिनकाळजी जायाचं. कुठंतरी माझ्या कल्याणासाठीच न्हेत असंल... ऊन झालं तरी ऊन लागत न्हाई, तान लागत न्हाई. म्हातारी झाली तरी काया दुखत न्हाई, का पाय दुखत न्हाईत. हलकं-हलकं वाटतंय. चला लगालगा...

चढ सपला. उताराला फोंडा माळ आला. शंभर-सव्वाशे गायरं माळभर पसरलेली. पलीकडं सखलात पाण्यानं भरलेलं तळं. त्येच्याभवतीनं मुंग्या जमल्यागत वासरं नि गायरं. माळभर चरायचं नि पाणी प्यायचं. कुणी इचारत न्हाई. कुणी अंगावरनं हात फिरवत न्हाई. पाय दुखूस्तवर चरत हिंडायचं नि

माळ खतवायचा.

गायरं बघून गाय हांऽऽ म्हणून हंबरली. काळीज हदरून गेलं. तळ्याजवळच्या घराच्या सुमकानं तिघं जण चाललावं... दीस डुईवर येऊन उतू चालला हुता. माळाच्या पलीकडं रान. रानाच्या पलीकडं झाडकांडांत देवाचं पांढरं देऊळ दिसलं.

''आळी सिद्ध आप्पाच्या नावानं चांगभलंऽ'' सित्या एकदम वराडला. माझं अंग झणझणून आलं. ''आळी सिद्ध आप्पाच्या नावानं चांगभलंऽ.'' मी हांऽ म्हणून वराडलो. मनात नसतानाच मन फुटून वर आलं.

एकोणीस

भात काढून थोडं आडसाली माळवं केलं हुतं. ऐन वक्ताला माळवं तालुक्याच्या बाजाराला न्हेऊन पैसं करायचा मालकाला नाद लागलेला. माळव्याच्या आवडात काटं-वाळकं, भेंड्या, दोडकं नि वांगी भराला आली हुती.

एक दिशी दीस कलतीला लागल्यावर डोंगराच्या उतरणीवरनं राखट रंगाची फौजच्या फौज उतरताना दिसली. चारी पायांवर झेपा टाकत, शेपट्या वर करत, उनालासुदीक पत्त्या बिन लागता रांग धरून वांडरं खाली पळत येत हुती. मला वाटलं डोंगरात काय तरी झालं असंल; तवा ही आपली भ्याच्या पोटी पळाय लागल्यात. अशीच माळानं खालतं जातील म्हणून मी खाली बघून मांडवातली शेणं भराय लागलो.

शेणं भरून टाकली नि मांडवावरचा खराटा काढायला बाहीर गेलो, तर समदी वांडरं माळव्याच्या आवडात. "आरं त्येंच्या बायली!" म्हणून खराटा तिथंच टाकला नि खोपीतला चाबूक खांद्यावर टाकून शिक्क्याचा फुटका डबा वाजवत आवडात पळालो.

डोंगर-कडसारीचं नि माळाकडच्या तांबूळ रानातलं जुंधळं-भुईमूग निघाल्यावर डोंगरापासनं ते आमच्या मळ्यापतोर वाटा मोकळ्या झाल्या हुत्या. लालू पवारानंबी आपल्या शेतातला जुंधळा नि भुईमूग आवरून घेऊन वस्ती उठवली हुती. वाळली रानं मोकळी हुईत जातील तसा मळ्याचा हिरवेपणा जास्तच

उठून दिसू लागला नि वांडरांस्नी हे आवातणं मिळालं.

आवडात जाऊस्तवर एकएकाच्या हातात एकदोन-एकदोन वांगी नि वाळकं. कुणाच्या तोंडात कवळ्या भेंड्या. आरडा-वरडा केला तवा वड्याच्या बाजूनं पळाली. वाटलं, वड्यानं आता अशी डोंगराकडं आल्या वाटंनं जातील. पर मुक्काम चिच्चांवर नि लिंबाऱ्यावर पडला... ह्यांस्नी आता चटक लागणार. रोज वणवा सुरू हुणार. माळव्याचा आवड सपूस्तवर ह्येंचा ठिय्या उठणार न्हाई. हितं माळवं भराला आलंय हे ह्यांस्नी कुणी सांगिटलं कुणाला दखल?... माळव्याच्या आवडाचं आता काय खरं न्हाई. दोन म्हैन्याचं कष्ट आता ही खाऊन वड्यानं लेंडकं करून टाकणार – मागं बघतोय तर कुतरं धापा टाकीत वाड्याकडं बघत हुबं.

म्हटल्यासारखं झालं. आठधा दीस झालं तरी वांडरं झाडं सोडायला तयार न्हाईत... दोन दांडगे हुप्पे नि धा-पंधरा वांडरं. त्येंची पिल्ली.

दुसऱ्याच दिशीची गोष्ट. सोन्या-चाण्ण्याची मोट धरली हुती. उसाला पाण्याची तशी गरज न्हवती, पर कामं नसल्यामुळं मालकानं मोट धरून उसाला पाणी पाजाय सांगिटलेलं. सित्या पाण्याकडं उसात. मी मोटंवर. खोपीत कुणीच न्हाई. माळव्याचा आवड खोपीपासनं जवळच.

खोपीत कुणी न्हाईसं बघून चावल घेत वांडरं चिच्चांवरनं आदूगर वड्यात उतरली. हळूच काळी तोंडं घेऊन पैल्यांदा हुप्पे वड्यातनं वर आलं. हिकडं-तिकडं बघत घटकाभर बसलं नि आपल्याच मालकीच्या वावरातनं चालल्यागत माळव्याच्या आवडाकडं चाललं. पाठीमागनं त्येंच्या बायकापोरांच्या रांगा नंदीबैलवाल्यांच्या तांड्यागत लागल्या.

मी मोटंवरनंच आरडावरडा केला. पर ऐकू न आल्यागतच करून ती जरा लगालगा आवडाकडं पळाली... मोट थांबवून तिथंपतोर जाईस्तवर पर्तेकाच्या हातात एकएक दोडका, भेंडी, वांगी, वाळकं.

साताठ दिसांत माळवं बाजारासाठी एकदाबी भरपेठ तोडायला मिळालं न्हाई. येलाला तर एकबी किरळी नि मिडं ऱ्हाईना. जळणंवाल्या बायका वाड्याकडं जायाच्या बंदच झाल्या हुत्या. मालकाचा खोडगुणी इक्कास पवाराच्या रानातनं मधनंच यायला गेला नि वांडरांनी त्येला मलिदा खायला दिला. काय खोड्या केल्या कुणाला दखल? हुप्प्यानं त्येच्या थोबाडात दिली हुती – मालक वैतागून गेला. मलाबी आवडाचं मातरं झालेलं बघवंना. मोट धरली की, कुतरंबी बेलाच्या झाडाबुडी येऊन बसायचं. वांडरं आवडात येताना दिसली की, मोटंवरनं दोघं जण पळत जायचं... कुतरं संगतीनं पळतेलं. त्येला ना सोयर ना सुतक. भाकरीला जागायचं एवढंच ठावं.

दुपारच्या मोटा धरायसाठी सोन्या-चाण्ण्याला सोडायला मांडवात गेलो. सजावारी नजर आवडात गेली तर सगळा छबीना अंतराअंतरानं आवडात बसलेला. चाबूक घेऊन उसाला वळसा घालून वड्याकडच्या बाजूनं आवडाकडं आलो. हिशोब असा हुता की, माळाला वांडरं काढावीत नि तशीच पळवून द्यावीत. बरोबर कुतरं हुतंच.

पाठी लागून माळाच्या बाजूला हाकलली तरी गुलांडी देऊन वड्याकडंच्या बाजूला वळाण मारत पळाली. पळता-पळता समोरच आली. एका हुप्प्याच्या पाठीत दाण्णादिशी ढेकळा बसला. कुतरं त्येच्या पाठी लागलं. अशी हुप्प्याची शेपूट त्येच्या तोंडात येणार इतक्यात हुप्प्यानं फुडं झेप टाकली. कुतऱ्यानं पाठ सोडलीच न्हाई. वड्यापतोर पाठलाग सुरू हुता. वावाच्या अंतरानं दोन्ही पळत हुती... वड्यात गेल्यावर हुप्प्यानं झाडावर उडी मारली नि कुतरं झाडाच्या तळात गेलं. त्येला वाटलं, जराच चुकलं, न्हाई तर हुप्प्या आपल्याला गावला असता. वर गेलेला हुप्प्या वरनं त्येला येडवाण दाखवाय लागला. भ्या घालू लागला, तरी कुतरं हालाय तयार न्हाई.

तासभर कुतरं तसंच झाडाबुडी वर बघत, अधनं-मधनं भुकत बसलं. इस्वाटा घेटल्यावर वरचा हुप्प्या अगदी खालच्या ढापीवर येऊन त्येला येडवाण दाखवाय लागला. तरीबी कुतरं हललंच न्हाई. त्येलाबी चीड आलेली. तोंडात गावलेलं वांडर पळालं हुतं... आता एकदा तरी गावंल. तेवढीच चैन. न्हाई तर नुसती मज्या म्हणून शिकार करू. मालकाला धाडस तरी करून दावल्यागत हुईल, असा राजाचा हिशेब असावा.

झाडाबुडीच बसलं. मलाबी बरं वाटलं... निदान आतातरी वांडरं खाली येणार न्हाईत. तेवढीच राखण झाली. – मोट धरायला मी निघून गेलो.

तास रातीपतोर कुतरं तिथंच हुतं. मोटा सुटल्यावर घटकाभरानं मी हटीकलं नि भाकरी खायाला आलं.

सुरात तीन दीस कुतरं दीस बुडतानं खोपीकडं येऊ लागलं. दुपारी भाकरी खाऊन पुन्ना वड्याला जाऊन चिचंच्या झाडाबुडी पडून ऱ्हाऊ लागलं. त्येला चांगलीच चटक लागलेली. वांडरं झाडांवर अडकून पडली ुती. ती खाली येऊ लागली की, हे तयारीतच असायचं. वांडरांस्नी वर बांधून घाटल्यागत झालं. ऊन झालं तरी कुतरं झाडाबुडी पडून ऱ्हायचं. वांडरंबी झाडांवर ढाळं हातांत धरून उगंच पेंगा काढायची... कुतरं त्यांस्नी खालीच येऊ देईना.

मी मोटंवर हुतो. दीस कलताना वड्याकडंच्या बाजूनं कुतरं कुणी तरी जीव घेटल्यागत काँऽ काँऽ वरडत मोटंकडं पायांत शेपूट घालून पळत आलं. भुकत-भुकत वरडणं नि वरडत-वरडत भुकणं दोन्हीबी चालू झालेलं. धावंवर

येऊनच त्येनं पाठीमागं बघिटलं.

तोंड तारंत गावून वरबाडल्यागत झालं हुतं. मागचं पाय पातळ हगटानं राडरिबीट झालेलं. वांडरांनी मिळून खाली उतरून चांगलंच झोडपून काढलेलं दिसलं. दोन्ही हुप्प्यांनी धरून दणकं दिलेलं असणार. ते तरी किती दीस झाडावर काढणार? ना अन्न, ना पाणी.

आता ती बरीच निर्धास्त झाली. झाडावरनं खाली येऊन वड्याच्या बांधावर उनाच्या तिरपीला बसू लागली. उसाला वड्याकडच्या बाजूनं पाणी न्हेलं असलं तर पाटावर येऊन पाणी पिऊन घटकाभर तिथंच बसू लागली. वडा त्येंच्याच मालकीचा झाल्यागत झाला. कुतऱ्यानं धाववंरची आपली जागा पुन्ना धरली. ते धाववंरनंच वड्याकडं तोंड करून भुकू लागलं. भुकता-भुकता भिऊन उगंच कुंईऽ कुंईऽ करू लागलं. इनाकारण त्येला आपल्या जिवाची काळजी वाटू लागली. वांडरं आवडात गेल्यावर मी हुसकलाय गेलो तरी माझ्या बरोबरीनंच यायचं. मागं-फुडं व्हायचं न्हाई.

वांडरंबी चांगलीच सरसावली. ती कुतऱ्याला भीचनात. वड्याजवळच्या रानात आरामात सूरपाट खेळू लागली. बारक्या पोरांसंगट खोड्या काढत हिकडनं तिकडं पळू लागली. सगळा वड्याकडचा मुलूख त्येंच्या वतनदारीत गेला नि धाईस दिसांच्या आत माळव्याच्या आवडाच्या नाबाट्या शिल्लक ऱ्हायल्या. मालकानं दात-व्हट चावलं; पर समदा पैसा पाण्यात गेला. आवडाचा सपाराम झाल्यावर वांडरं कवा डोंगराकडं गेली त्येचा पत्त्याच लागला न्हाई. म्हैना-दोन म्हैनं जपलेलं माळवं, बैलांचं कष्ट नि माझी म्हेनत वाया गेली. सांगतोय कुणाला? मारुतरायाची करणी. मारायला तरी येतंय? ते आणि पाप कुणी फेडत बसायचं? माझं मनबी उदास हुईत चाललेलं. एकदा वाटलं, न्हाई तरी मालक माळव्याचा पैसाच करणार हाय. वांडरांच्या तरी पोटाला कुणी घालायचं? खात्यात खाऊ द्यात तिकडं. फुडच्या सालाला समद्या मळ्याच्या भवतीनं तारांचा कूप घालायचा मालकाचा इचार हाय. तवर वांडरं, कोल्ही काय खाऊन घेत्यात ते घेऊ द्यात... आवंदाच्या सालापुरतीच ढोरं-गुरं, वांडरं-कुतरी, शेरडं-मेंढरं ह्या रानात चरायची. फुडंला काय हुतंय कुणाला दखल?

गुमानवाणी सुगीच्या नादाला लागलो. राजा कुतऱ्यानं तर आता वड्याकडं जायचं कायमचंच सोडलं नि खोपीभवतीनं, पोराबाळांतनंच रमू लागलं.

रानातला जुंधळा कापला नि कणसं खळ्यावर आली. मालकीण दोन-चार दिसांच्या मळणीसाठी पोरांस्नी घेऊन रानातच ऱ्हायला आली.

पोरं खळ्यावरच्या घोडं-खोपीत खेळ करत बसलेली. कुतऱ्याबरोबर दंगा

चालला हुता. इक्कासनं राजाचं मानगूट धरून त्येच्या मानंवर भाकरीचा तुकडा सुतळीनं ववून वरच्या बाजूला बांधला. त्यो कुतऱ्याच्या डोळ्यांस्नी दिसायचा. मान वळीवली तरी तोंडात यायचा न्हाई. ते तसंच फिरत ऱ्हायलं. अधनं-मधनं पोरं त्येच्या शेपटीला बांधलेली सुतळी वडायची नि राजाला खोपीच्या तोंडाला आणायची. – तुकड्यासाठी फिरता-फिरता कुतऱ्याला इगत सुचली. त्येनं सरळ मागच्या पायानं मानंत खच्चून झाडलं. तुकडा खाली पडला नि कुतऱ्यानं खाऊन टाकला.

बारक्या पोरानं कुतऱ्याला पुन्हा बलवून, त्येच्या शेपटीला बांधलेली सुतळी धरून खोपीजवळ वडत आणलं नि इक्कासनं पुन्ना त्येच्या गळ्यात मानंच्यावरच्या बाजूला भाकरीचा तुकडा गच्च बांधला. त्येला सोडून दिलं.

बाजूला कोंबडा खळ्याच्या दुंड्यावर चढून कणसाचं दाणं कचाकचा तोडून खाईत हुता. इक्कासनं लांबनं त्येच्यावर खडा भिरकावला. कोंबडा खड्याबरोबर पळत गेला. दोन्हीबी पोरं हातात काठ्या घेऊन बसलेली. तरी त्यांस्नी कोंबड्याचं भ्या हुतंच. म्हणून ती लांबनंच त्येला खडं मारत हुती.

कुतरं थिरथिर फिरत कोंबड्याच्या बाजूला गेलं नि चिडलेल्या कोंबड्याला वाटलं, ते आपल्यावरच चालून आलं. कुतऱ्याला कोंबडा खायाच्या नादात दिसलाच न्हाई. कोंबड्यानं सरळ त्येच्या डोळ्याखाली कोच मारली नि कुतरं थाऱ्यावर आलं. तवर कोंबड्याला त्येच्या गळ्यातली भाकरी दिसली नि त्यो त्येच्यावर तुटूनच पडला. कुतऱ्याचं तोंड नि तोंड टवकून निघालं. ते आरडाय लागलं. पोरांनी मला हाक मारली नि चुलवाणाजवळ बसलेला मालक धावून गेला. राजा कोंबड्याच्या फुड्यात पडलेला.

मालकानं दगूड घेऊन कोंबड्याला दणका दिला. कोंबडा दगडासरशी पळाला. कुतरं सुटलं. त्येच्या गळ्यात पोरांनी भाकरी बांधली म्हणून पोरांस्नी दोन-दोन सपाटं बसलं.

"नाऱ्या, मळणी झाली की, लगीच दुसऱ्या दिशी ह्या कोंबड्याचा डावरा कर."

"इक्कासराव, उगंच त्या कोंबड्याच्या नादाला लागत जाऊ नका. एखाद्या वक्ती डोळा फोडंल." मालकाचं बोलणं ऐकून मी इक्कासची काय तरी समजूत काढली.

"त्या पोराचा तर डोळा फोडंलच, उलट उद्या मलाबी खोपीत येऊ द्यायचा न्हाई."

मी काय बोललोच न्हाई. कोंबडाबी नाव नाव जास्तच गुण उधळत हुता. नव्या माणसावर बेधडक धावून जाईत हुता. कुतऱ्याला न्हाई, खरं कोंबड्याला माणसं भ्यायची... कुतऱ्यानं खोपीत ऱ्हाणं कवा असायचंच न्हाई. त्यो

जळणाच्या खोपीच्या तोंडाला पडून असायचा. थोरल्या खोपीत कोंबडा... खोपीत कुणी नसलं की, माणूस तिकडं फिरायचं न्हाई. कोंबड्याची किमया साऱ्या गावात गेली हुती.

जुंधळ्याच्या मळण्या झाल्या नि डावरा करायचं ठरलं. वंगाळ वाटलं... दोन-तीन सालं कोंबड्याला पोसला. कसाबी असला तरी त्यो कुणाच्या वाटंला आपूण होऊन गेलाच न्हाई. वाटंवर आलेलं कुणी दिसलं तर त्येला त्येनं कवा सैल सोडलं न्हाई... मालकानं नि मालकिणीनं त्येच्या कोंबड्या पळवून गावात न्हेल्या. एकटा कोंबडा मग किती दीस ऱ्हाणार? मस्तावून माजत गेला. त्येला त्यो तरी काय करणार? रानात मिळंल ते खाऊन माळावरच्या घुतीगत दांडगा झाला. कोंबडं असलं म्हणून काय झालं? बायकू ही पर्तेकाला पाहिजेच. देवानं नर-मादी केलीया कशाला... त्या कोंबड्याला ह्यातलं काय कळत न्हाई. गावात पळून जावं असं एक दीसबी त्येच्या मनात आलं न्हाई. त्यो तसाच खाऊन गामा-गुंगागत वाढला. राजा कुतरं अजून तसं पिल्लूच. ते बाजूला पडलं नि कोंबड्याकडं सारा मळा राखणीला आला.

ती राखण आता सपणार हुती. माझ्या हातांनीच वाढवलेलं पिल्लू ते... आलं तवा कसं एवढंसं दिसत हुतं. अन्नपाणी दोन दीस सोडलं तवा वाटलं मरतंय का जगतंय काय की. निगा केली नि त्यातनंबी जगीवलं... उद्या रातचं त्येला खाऊन निजायचं... मी तरी काय करणार? देवाला सोडलेलं कोंबडं. कवा ना कवा तरी म्हसूबाला त्येचा निवद दावलाच पाहिजे. न्हाइ तर म्हसूबा समद्यांसनी खाऊन बसंल.

उरलेलं मदन सकाळीच वारं देऊन झालं. मी दीसभर जुंधळ्याची पोती भरण्याच्या नि शिवण्याच्या गडबडीत हुतो. बाकीचं व्हयन्हवं बघावं लागत हुतं ते न्यारंच. रातचं माणसं जेवायला येणार हुती. मालकीण दीसभर कोंबड्याचा मसालाबिसाला जमविण्यात नि त्यो वाटून काढण्यात गुंग होऊन गेली हुती. मधलं पोरगं "आज कोंबडा कापायचा" म्हणून दीसभर मज्यात हुतं... कोंबडाबी रोजच्याच मज्यात हिंडत हुता... मन भकास झालं.

पोती भरून झाल्यावर मालकानं हाक मारली.

"नारबा, एवढी सुरी पाजवून ठेव रे. कवाची जुनी हाय कुणाला ठावं?"

मी सुरी पाजवून, चांगली धार देऊन ठेवली.

दीस कलल्ल्यावर कोंबड्याला धराय सुरवात झाली. ज्यो त्यो हातात काठी घेऊन धरायला फिरू लागला. कोंबडा जवळ आल्यावर भिऊन बाजूला पळू लागला.

"काऽ रं?"

"आयला, चावला-बिवला म्हंजे. एखाद्या वक्ताला डोळाबी फोडायचा."

...त्येची लाल चार बोटं शिरगुरी, दांडग्या कळागत पायांची बोटं नि बोटाएवढी लांब टोच बघून त्येला धरायची कुणाचीच छाती हुईना. गंग्या नि सित्या पाठी लागलेलं. मालक नि मालकाची पोरं गंमत बघत बाजूला हुबी... मलाबी वाटत हुतं, धरत्यात धरू द्यात तिकडं त्येंचं त्येंनी. आपूण कशाला उगंच पाठी लागून आपलं मूल आपल्या हातानं कापायला द्यायचं, म्हणून खाली मुंडी घालून खळ्याचा दुंडा झाडू लागलो.

तवर मालकानंच हाळी मारली. मग न्हाई म्हणता आलं न्हाई. जावं लागलं... मन बेइमान झालं नि बारका गदाळा बांधायचं जाळं घ्यावं नि कोंबड्याला धरावं असं वाटलं. त्याबिगार त्यो गावणार न्हवता... चौघांनी चारी बाजूला होऊन जाळं अंगावर झापडलं की, बरोबर त्यात गावंल नि धरताबी येईल.

जाळं घेऊन मी, मालक, गंग्या, सित्या चौघं जण त्येच्या मागोमाग सरळ चालत गेलावं. हातांतल्या काठ्या टाकल्या हुत्या. हातबी वर केलं न्हवतं. त्येच्या मागनं कुणी पळतबी न्हवतं. कोंबड्याला वाटलं, कोण काय करणार हाय? त्यो आमच्याकडं बघत हुबा ऱ्हायला. आम्ही चौघांनी त्येच्यावर जाळं धबाकदिशी टाकलं. जाळं टाकल्यावर कॉकऽ कॉकऽ करत त्येंन सुटायची धडपड केली; पर गंग्यानं त्येच्यावर बैठकच मारली. सित्यानं जाळ्यातनं हात घालून त्येचं मुंडकं धरलं. मग बेतानं जाळ्याबुडनं हात घालून पखुटं धरलं. तसाच काखंत मारला.

"चला आता. इक्या, सुरी आण जा रे."

तसाच कोंबडा म्हसूबाकडं न्हेला. मालक बाकीचं सामान घेऊन आला. पोरं उड्या मारत आली. मी बारडीभर हिरीतलं ताजं पाणी घेऊन म्हसूबाकडं गेलो.

म्हसूबाम्होरं सित्यानं कोंबड्याची मान पखवं उलटी करून उघडी केलेली. कोंबडा उगंच डोळं लावून हातांत अडकून पडलेला. मानगूट नि पखुटं गच्च धरलेलं. मान जरा मुठीत जास्तच आवळली हुती. त्येला आतल्या आत गुदमराय हुईत हुतं. म्हणून डोळं पाण्यानं भरल्यागत दिसत हुतं.

"फिरवा सुरी मालक." सित्या.

"आपूण न्हाई गड्या."

"तुम्हीच फिरवाय पाहिजे. तुमच्या नावानं देवाला सोडलाय."

पोरगं मधी तडमडलं, "बाबा, मी कापतो, मी कापतो."

"नगं. गप."

मालकानं हातात सुरी धरली; पर मानंवरनं फिरवंना.

शेवटाला गंग्यानं मान धरली नि सित्यानं पखुटं गच्च धरलं. गंग्यानं दणक्यात सुरीनं मान मोकळी केली. भरलेली मातीची घागर फुटावी तसं गळ्यातनं रगात सांडलं. बिनमानंचं कोंबडं धडपडाय लागलं.

सित्याच्या हातांतनं बिन आवरून पखुटं सुटलं. पखुटं सुटल्यावर हिसक्यानं रगात हिकडं-तिकडं उडाय लागलं. ते कापडावर उडंल नि डाग पडतील म्हणून सित्यानं हातातलं कोंबडंच सोडून दिलं. बिनमुंडक्याचं धड धडपडत उडत चाललं. हितनं उडालं नि चार वावांवर जाऊन पडलं. असं साताठ येळा. म्हसूबापाशी कापलेलं कोंबडं चांगलं चारपाच कासऱ्यावर जाऊन पडलं.

"नाऱ्या, पळ. कोंबडं तसंच उडत जाईल." मालकानं सांगिटलं.

...मन कवाच फाटून गेलेलं. पर कोंबडं तरी धरलं पाहिजे. जाऊन धरलं... शिर नसलेल्या धडावरनं गोंजारलं. पखं तशी मऊ हुती. गुलबार झुबका. गोंजारत तसाच हुबा ऱ्हायलो... ऱ्हाई गप. सपलं बाबा तुझं आता. आता तरी गप पडून ऱ्हा. – मनातल्या मनात सांगू लागलो.

पंचवीस माणसं जेवून उठली. मीबी थोडा खाल्ला. घास घेताना पोटात बरं वाटत ऱ्हवतं. पर जेवलं तरी पाहिजे माणसांबरोबर. दीसभर तंगून-तंगून भूक लागलेली... पोटात ऊन-ऊन हुईत गेलं.

पाऽट झाली. कोंबडा वराडला ऱ्हाई. मला रातभर कसली ते नीज लागली ऱ्हाई; तरी उठलो... खोप सुताक आल्यागत गुमान खाली मुंडी घालून बसलेली. कुतरं तिच्या दाराजवळ येऊन बसलं हुतं. राती त्येलाबी थोडी हाडं खायला मिळाली हुती.

...आसपासचं रान भकास. घाणवडीवर पखांचा ढीग पडलेला. हलकी पांढरट पखं रातभर वाऱ्यानं समद्या रानावर इसकटून पसरली हुती. हिकडं-तिकडं धावत हुती... पोटात कालीवल्यागत झालं नि कोंबड्यानं पोटातल्या पोटात खच्चून भांग दिली.

वीस

सुगी झाली तसा म्हालिंग बैल खंगत गेला. पावसुळ्यात लई ना थोडी त्येला वैरण मिळत हुती. आता वाळल्या वैरणीवरच निरवानिरव करावी लागत हुती. कडब्याची धाटं चावायची न्हाईत. म्हणून मीबी कडबा तोडून शेंडं-शेंडं घालत हुतो. त्या शेंड्यांचीबी पानं पानं त्यो हळूहळू खायचा. गवताची एखादी पेंडी तासभर चघळायचा. मालक त्येला असली शेलकी वैरण टाकू द्याचाच न्हाई.

"आरं, त्येला कशाला असली वैरण टाकतोस? मरू दे तिकडं. ते का आता मोट वडणार हाय का बाजारात कोण घेणार हाय त्येला?"

हुट्टागत किडमिडा होऊन जगत हुता. दोन्ही पोटं एका जागी येऊन पोळी झाली हुती. अंगावरचं कातडं जुनाट धनगरी घोंगड्यागत मळकट दिसत हुतं.

घाण्याची गडबड सुरू झाली. घाणवडीवरच बैलांचा मांडव. इंजेन आणि घाणा आणून ढोरांच्या फुडं डबरं काढून रवला. घाण्याची घाई सुरू झाली. खोपीच्या समोर उच्च मांडव घाटला. कायील उतरताना लागू ने अशी काळजी घेटली. गुळव्यानं येऊन डोण केली.

सांजचं फडकरी फड मोडायला येणार म्हणतानं बैलांचा मांडव मोकळा करावा लागला. तिथंच उसाच्या मोळ्या पडणार हुत्या. कारीजवळ लिंबाच्या झाडाबुडी सोन्या-चाण्याला मेखा रवल्या. बाभळीबुडी एकटी म्हस बांधली...

डावऱ्याला जेवायला आल्यावर संभा मांगानं रेडकं ठरविली नि म्हशीला मोकळं केलं हुतं. शेळी नि बकरं खळ्याजवळच्या हुंबराखाली गुतफाळली.

गंग्या म्हालिंग्या बैलाला बांधायला कारीकडं न्हेऊ लागला. न्हेताना त्यो कवातरी एक पाय उचलून चालत हुता... बसलेला जागा त्येला उठवत न्हवता; ते आता कारीपतोर इनाकारणी चालायचं. लगालगा चालंना म्हणून गंग्यानं त्येची शेपूट पिरंगाळली. शेपटीचं मणकं मोडायची पाळी आली तरीबी लगालगा चालंना.

"हाल्या की तुझ्या आयला. कशाला जगलंईस?" म्हणून त्येनं त्येला ढकलला नि पाठीमागच्या पायावर कोलमडून म्हालिंग खाली पडला. माळावरची बचकंबचकं एवढी दगडं त्येच्या अंगाबुडी गावली.

पडला ते उठायलाच तयार न्हाई. तिथंच बसला. मालकानं जाऊन चाबकाचं चारपाच वादाडं दिलं. एकदोन लाथाबी घाटल्या. मालक कट्टाळला. कामाचीबी गडबड.

"पडू दे चला त्येच्या आयला. कामं भरल्यात. माळाला पैसपरभारी येऊन पडलाय. काय अडचण हुणार न्हाई; चला."

समदी उद्योगाला लागली. मांडवाच्या आतलं दावणीचं खुट्टं सगळं उपडून काढून खोपीत न्हेऊन टाकलं. दगडी खुट्टं तिथंच वळचणीला न्हेऊन सरकून लावलं. उसाच्या मोळ्यांसाठी जागा सप्पय करून घेटली. सांज करून मांगाचं फडकरी फड मोडायला आलं.

घाणा सुरू होऊन तीनचार दीस झालं तरी बैल जागचा उठलाच न्हाई. उनात जाळावरच्या हलगीगत तापत हुता. दोन दीस वाढं खाल्लं नि चारा बंद केला. तिसऱ्या दिशी दीसभर पाणीच प्याला न्हाई... चारापाण्याला कट्टाळला. डोळं मिटावंत असं वाटू लागलेलं. तशात तीन दीन ऊन.

तिसऱ्या दिशी मी पोत्याची पटकारं त्येच्या अंगावर न्हेऊन टाकली; तर समदं घाणकरी नि फडकरी हसायला लागलं.

"जप जप... शेरतीला न्ह्यायचा हाय वाटतं आवंदा?"

"ते कुठलं? भालजीच्या सेनेमात सीन काढाय न्ह्यायचा हाय."

समदी हसतेली.

बैल डोळं उघडं ठेवून भवतीचा गोमगाला बघत हुता. थंडपणानं ऐकत हुता. त्यो त्येला तसा नवीन न्हवता. असं किती फड त्येनं पाणी पाजून दांडगं केलं हुतं नि ते त्येच्यासमोर गाळलं हुतं. पर आता कुणीकडंच ध्यान न्हवतं. ह्यो फडबी त्येच्या पोराबाळांनी पाणी पाजून दांडगा केलेला. त्येचं डोळं

आभाळाकडं लागलं हुतं... सताड उघडं डोळं. पोखरून न्हेल्यागत आत गेलेलं. बघिटलं की माझं डोळं भरून यायचं.

...नारायेणा, देव अजून कसा मला न्हेत न्हाई? किती कुचंबायचं मी? चारा सोडला, पाणी सोडलं; तरी जीव जाईत न्हाई. ह्या जिवाला ह्या हाडांत आता कसं गमतंय तरी? कट्टाळा कसा आला नसंल त्येला?... बघ बाबा तू तरी.

मी आपला तसाच जाऊन त्येच्याफुडं वाडं टाकून यायचा. पाण्याची बारडी ठेवून बघायचा. माणसं हसायची.

"नाऱ्या, इतकी वर्सं लेका ढोरांत ऱ्हायलास. तरी अजून मेलेलं ढोर नि जितं ढोर तुला वळखत न्हाई. कशाला त्येला वैरण नि पाणी तरी दावतोस?"...माझी थट्टा. मालकबी त्यात सामील.

फडकऱ्यांत शंकऱ्या मांग गमत्या हुता. मोळ्या टाकून झाल्यावर त्यो मालकाला म्हणाला, "रईत, बैल मेला की. आता माळाला कशाला उगंच अडचण? वड्याला न्हेऊन तेवढा द्या. सोलून तरी टाकतावं."

"न्ह्या जावा. मी कुठं नगं म्हटलंय?" समोरच्या गुळाच्या ढेपा बघत मालक हासत म्हणाला.

शंकऱ्या खॉकऽ खॉकऽ हासला. "काऽय रईऽत रईऽत! कशाला असली बैलं पाळता कुणाला ठावं?"

त्यो फडात पळाला.

दुसऱ्या दिशी सकाळी फडातली मांगं एकाजागी होऊन आली. मालक घाणवडीवर घाणकऱ्याबरोबर बिडी वडत बसला हुता... आवंदा गुळाला भाव चांगला. गुळव्याबी गूळ चांगला करतेला. उशिरानं घाणा लावल्यामुळं मदनबी चांगलं पडतेलं. मालक मज्यात... लौकरच ट्याक्टर येणार हुता. फुडच्या साली भरपेठ ऊस.

बोलणं निघालं. मांगं म्हणाली, "रईत, आता ह्यो बैल एक-दोन दिसांचा सोबती हाय."

"बरं मग?"

"आम्हांस्नी देऊन टाका."

"मेल्यावर न्ह्या की. तुमच्याबिगार दुसऱ्या कुणाला देणार हाय?"

"तसं न्हवं. त्यो काय आजारीबिजारी न्हाई. म्हातारपणानंच डेंगाळलाय. तवा आताच दिला तर गोरगरिबाच्या पोटात तरी जाईल. तेवढाच मांगांचा तुम्हाला आशीर्वाद."

"दोन दीस थांबा. मेल्यावर न्ह्याच की."

"मेल्यावर कशाला? मेलेल्या ढोरांचं मास खायचं सोडलंय आम्ही आता. जिता हाय तवरच ह्येला आमचं मागणं."

मालक कुरबुरला.

"वाटलंच तर पन्नासभर रुपयं घ्या फडाच्या पैशातनं काढून."

मालक इचार करत गपच.

"न्हाई तरी आता त्यो उद्या मरणारच हाय. उद्या काय त्येला पैसा येणार न्हाई. थोडं मनाचं धाडस करायचं."

"तेबी खरंच." मालकाला पटलं. येवार तुटला.

मांगांनी दुपारी सुटीच्या वक्ताला गाडी माळाला न्हेऊन ती गांडगाडी केली. तिच्यात म्हालिंगाचं पाय बांधून, वाशांनी नि दोऱ्यांनी त्येची मान आत घाटली. ढुंगणात वासं घालून वर सरकवला. अंग सगळं खरचटून भातडं निघत हुतं. बैल आभाळाकडं बघत हुता. ऊन दणका मारत हुतं. बैल कुथून कसा तरी सॉस सोडतेला. शेवटाला कसा तरी गाडीत घाटला नि गाडी सरळ केली.

मालकानं सोन्या-चाण्ण्याला गाडीला जुपायला सांगिटलं. मी जुपलं. गाडी वड्याला न्हेऊन सोडली. पुन्ना झटकन गांडगाडी केली नि म्हालिंग घसरत येऊन खुब्यावर खाली पडला. लगीच मी गाडी घेऊन खोपीकडं चाललो. मागं बघवंना. फडकरी मांगांनी मांगवाड्यात सुऱ्या पाजवून आणायला पळीवलेली पोरं मळ्याकडं परत येताना दिसली... नगं-नगं म्हणताना मालकानं हे केलं... सोन्या-चाण्ण्याला त्यातलं काय कळणार? त्येंनी आपलं आपल्या बाऽला गाडीतनं न्हेऊन वड्याला सोडला. पाठीमागं बिनबघताच परत आलं. रोजच्यागत घाटलेली वैरण खायाला लागलं.

दीस बुडूस्तवर बैलाचं वाटं घालणं चाललं हुतं. मला वड्याकडं नजर टाकाय जिवावर येत हुतं... कट्टाळलेल्या बैलाला वाट मिळाली.

दुसऱ्या दिशी मांडवात मोळ्या टाकायला येताना फडकरी अधनं-मधनं मालकाला थट्टंनं बोलत हुतं.

"– रईत, बैल चांगला लागला न्हाई. लई वातट. खावंना."

"– इनाकारण पैसं गेल्यागत वाटलं."

"– चमडंच तेवढं फायद्यात पडलं बघा."

फडात मी वाडं आणायला गेल्यावर मला बोलत हुतं.

"– काय नारबा, काय रं घाटलं हुतंस त्या बैलाला? जरा तरी चवीला लागू ने हुता त्यो?"

"– आम्हांस्नी वाटलं, चंदी खाल्लेला बैल हाय. जरा तरी खायाला बरा जाईल, पर कुठला गा? कागदाचा पुठ्ठा खाल्ल्यागत."

मांगांस्नी सगळी गंमतच. मला बाऽ मेल्यागत वंगाळ वाटतेलं. वर-वर काय तरी बोलत हुतो नि वाडं बांधून खोपीकडं येत हुतो.

घाणा झाल्यावर गोठा भुंड्या बाईगत रिकामा दिसाय लागला. आता त्येच्यात नुसती सोन्या-चाण्ण्या नि एक म्हस. उसाच्या मोळ्या पडायच्या तवा गच्च दिसायचा. ते बरं तरी हुतं. घाण्याची गडबड हुती. माणसांची रायधार. आता नुसतं त्या गोठ्यात काळं राजा कुतरं बसलेलं. तेबी अंगाची चुंबळ करून, फुडच्या पायांवर डोकं ठेवून... इचार करणाऱ्या माणसागत.

दुसऱ्या दिशी उठून मी गोठा निर्मळ केला. पडलेला पाला नि मोळ्या बांधलेलं आळं सगळं उचलून उकिरड्यावर टाकलं. सांज करून खुट्टं रवायला काढलं.

"आता कशाला रवतोस हे खुट्टं?" मालक

"मग?"

"ऱ्हाऊ देत तिकडं. आता कुठं बांधायची हाईत ढोरं त्यात?"

"आणि सोन्या-चाण्ण्या, म्हस?"

"त्येंच्यासाठी तेवढं चार खुट्टं रव."

"मग त्येंच्यासाठीच रवाय लागलोय की."

"आरं, मग मधीच कशाला रवतोस? खालतीकडच्या कडंला घे एका बाजूला. हिकडची बाजू ऱ्हाऊ दे मोकळी...."

खरं म्हंजे जनावरांचं सगळं खुट्टं रवायचं माझ्या मनात हुतं... ढोरं न्हाईत निदान त्येंच्यं खुट्टं तरी जागच्या जाग्याला ऱ्हाऊ देत. ईस-बाईस खुट्ट्यांच्या जाग्याला आता नुसतं एका वळचणीत चारच खुट्टं रवायची पाळी आली.

खाली मुंडी घालून खुट्टं रवलं नि तीन ढोरं चार खुट्ट्याला आणून बांधली... खुळ्याच्या चावडीत आणून बांधल्यागत ढोरं दिसत हुती. येडबडून माझ्याकडं बघत हुबी ऱ्हायलेली. घरातला कर्ता माणूस गेल्यागत मांडवातला म्हालिंग बैल गेलेला. माळावर बसलेल्या पोरक्या पोरागत ढोरांची दशा. बाकीचा सबंध मांडव पोखरलेल्या सांगाड्यागत मोकळा.

एकवीस

एक दिशी सकाळी तालुक्यासनं गाडी घेऊन धा-पंधरा माणसं आली. खोपीसमोरच गाडी आणून हुबी केली.

"रामू सोनवड्याचा मळा ह्योच काय?"

"व्हय."

"कुठं गेल्यात रामूअण्णा?"

"गावात हाईत. का?"

"झाडं घेटल्यात त्येंची. तोडायला जुपी करायची हाय."

"मालक आल्यावर मग जुपी करा. मी हितल्या झाडाला हात लावू देणार न्हाई."

"मालकांचं घर कुठं हाय?"

"चव्हाण-तालमीच्या पाठीमागच्या बाजूला."

एक जण उतरून गावात जायाला निघाला. बाकीची समदी खाली उतरली. कारीजवळ सावली दिसत हुती. तिथं न्हेऊन गाडी सोडली. बैलांस्नी वैरणी टाकल्या नि माळावरच्या नि वड्याकडच्या झाडांकडं जाऊन फिरून आली.

एक जण केसंवाला सायकल घेऊन आला. मालकबी त्येच्याबरोबर हुता. मालकाला बलवाय गेलेला गडीबी त्येंच्या संगटच.

"काय लागलं-बिगलं तर नारबा ह्यांस्नी दे रं."

"आता काय देऊ ह्यांस्नी?"

"आम्हाला काय लागणार न्हाई बघा पाव्हणं. नुसतं पाणी लागंल प्यायला. आमच्या आम्ही भाकरी आणलेल्या असत्यात. रातचं तोडपाचं सामान तेवढं खोपीत ठेवायला जागा द्या म्हंजे झालं. आमचं एक-दोघं जण कोण तरी हितं वस्तीला ऱ्हातील."

"हां."

सगळं माळाकडं गेलं. कुतरं त्येंच्याकडं बघत भुकत ऱ्हायलं.

धा-पंधरा दिसांत सपासप बारकी झाडं तोडून समदा माळ नि वाडा मुडा केला.

झाडांचं करवतीनं नि कुऱ्हाडीनं कंडकं घाटलं. गाड्या भरून तालुक्याला न्हेलं. नांगाट सुदीक मागं ठेवलं न्हाई.

पिपळाला हात घालायच्या आदूगर मालकाला म्हणालो,

"मालक, पिप्पळ कशाला तोडता?"

"ठेवून तरी काय फायदा ना? ना फळ ना फूल."

"माळाला चरणाऱ्या ढोरांस्नी सावली हुती. तेवढीच माळाला सोभा."

"हंऽऽ! आता ह्यो माळ तरी कुठं ठेवायचा हाय? पाक नांगरून पावसुळ्यात थोडं-थोडं पीक करायचं ह्यात." मालक बोलून घराकडं गेला.

चांदण्याची रात. चौघं जण तोडकरी वस्तीला. त्येंनी लांब-लांब मेसकाठ्यांस्नी फडक्यांचं चोथं बांधलं. त्येंच्यावर इंजनाचं जळकं तेल वतलं. आणलेला तेलाचा डबा तसाच घेटला. अंगावर आणलेलं पावसाळी कोट घालून ते पिपळाकडं चाललं.

"आता ह्या वक्ताला जाऊन काय करता गा?"

"ती हाग्याम्हवं जाळून काढली पाहिजेत की. चला तुम्हीबी मदतीला. परत आल्यावर मग च्या करू म्हणं."

अंगात दांडगं कोट घालून नि दिवट्या घेऊन तिघं तिन्हीकडं चढलं... रात हुती. माशीला माशी चिकटून बसलेली. किती पिढ्या झाल्या ह्या माशांच्या कुणाला दखल? कवा मी यायच्या आदूगरपास्नं ह्या म्हवाच्या पोळ्या हाईत. तवापासनं ह्या माशांचं आई-बा, आई-बांऽचं आई-बा जगतेलं.

वर गेल्यावर तिघांनी एकदम भडका उडीवला नि दिवट्या म्हवाच्या पोळ्यांखाली धरल्या. एक माशी उठायला तयार न्हाई... रातचं माशीला दिसतं कुठं? त्या जास्तच एकमेकीला चिकटून बसू लागल्या. पोरंबाळं आईच्या पोटांबुडी जाऊ लागली.

चाऽर चाऽर चाऽर आवाज हुईत हुता. दिवट्या भडकल्या हुत्या. वरचा वारा लागत हुता. तिघांनी आपली तोंडं दडवून घेटली हुती नि माशांचं पख्खं होरपळलेलं, पाय जळलेलं लोदगं दबा दबा दबा खाली पावसाच्या ठेंबांगत पडाय लागलं. घटकाभर लोदगं पडून झाल्यावर पोळ्यांचं मेण पातळ होऊन थबथबत गळू लागलं. रातच्या अंधारात पेटत्या ठिणग्या गुंजांगत दिसू लागल्या.

तिन्ही फांद्या जळून काळ्याकुट्ट नि सप्पा झाल्यावर तिन्ही काळं कोट खाली उतरलं. एकमेकांचं पराकरम सांगत परत वस्तीकडं चाललं.

...रातभर पिपळावरची घुबडं घाबरून वरडत हुती.

सकाळी गाडीतनं चारपाच माणसं चढ आली. खोरी, ऐदानं, टिकावं, कुदळी घेऊन चालली. पिपळाची निवद दावून पूजा करून, त्येच्या भवतीचं रान उकरायला धरलं.

माळाच्या तळात पाणी हुडकत गेलेल्या पिपळाच्या मुळ्या उघड्या होऊ लागल्या. गोऱ्यापान. शंभरदीडशे वरसं तरी त्येंनी त्या माळासंगं संसार केलेला. बारक्या मुळ्यांवर कचाकच कुऱ्हाडीचं घाव पडू लागलं. कचांतनं घटघटीत चीक रगात बाहीर पडल्यागत येऊ लागला. टरफालं उडू लागली. माणसं वर चढून खालनं-वरनं झाडाच्या ढाप्या तोडायच्या कशा त्येचा इचार करू लागली. कैद्याच्या दंडाला बांधल्यागत लांबलांब काढण्या दांडग्या ढाप्यांस्नी कचकचून बांधल्या... पिप्पळ वर निवांत. माळावरनं गावाकडं त्येची नजर. मळ्याच्या सगळ्या रानभर, डोंगराकडं, खोपीकडं, हिरीकडं... सगळीकडं पानांचं डोळं चमकतेलं... मी हितं हाय, चिंता नगं – असं गावातल्या ढोरांस्नी म्हणणारं. वर समदीकडं बघत सळसळणारं.

रावणाचं हात तुटल्यागत त्येच्या दांडग्या ढाप्या तुटू लागल्या. खालची सावली हरपू लागली. त्योच आता उनात अनवाणी पडल्यागत दिसू लागला. जंगजंग तुकडं आतलं पांढरं मास दाखवत समदीकडं भवतीभोर पडलं. घावांमागं घाव पंधरा-ईस माणसं घालत हुती. कडाऽ कडा कडाऽल आवाज हुईत हुतं. समदीकडनं त्यो दिसायचा.

...आता हळूहळू कायच दिसंना. मोटवानी वरनं बघिटलं, गावातनं बघिटलं तर त्येनं नजर काढून घेटलेली... माळ मोकळा. वर आभाळ मोकळं मोकळं. समद्या माळभर बेभान ऊन. सावलीचा तुकडासुदीक न्हाई. पाखरं समद्या माळावर येरझाऱ्या घालू लागली. जीव उधळल्यागत हिंडू लागली. ढोलींतली राघवाची पिल्लं दोघातिघांनी पिसव्यांत घालून न्हेली. घुबडं बेपत्ता झाली. ढाप्या खाली पडल्यावर आतली खोकटांची पिल्लं बाहीर आली नि

लाकडंवाल्यांच्या दोन कुतऱ्यांनी ती मारून खाल्ली. ...दैना, दैना.

किल्ल्याचा बुरूज ढासळल्यागत एकदिशी त्येचं जंगच्या जंग खोड खाली पडलं नि टरकात घालून न्हेलं. गुळाला मुंग्या लागल्यागत ढाप्यांचं खांडूळं करून आठ-धा गाड्यांनी पिप्पळ हळू हळू न्हेलं... माळाजवळ वर करायला आता योकबी हात न्हवता. सारं माळरान उनात बेशुद्धी उताणं पडल्यागत दिसत हुतं. वड्याचं तर हातपाय तोडून कडेलोट केलेला....

बावीस

दीस डोक्यावर आलेला. जेवणाच्या गुंगीनं डोळं मिटाय लागलेलं. वाटलं, सावलीला घोंगडं टाकून घटकाभर पडावं; तवर समदी खोप हदराय लागली. राँऽ राँऽ राँऽ आवाज येऊ लागला. कुणीतरी मानंत धक्का दिल्यागत तनीज उडाली. उठून बघतोय तर ट्याक्टर गावाकडनं पांदीची झाडं गिळाय धावल्यागत पळत येत हुता. पाठीमागच्या दोन चाकी गाड्यात मालकाची गांधी टोपी दिसत हुती.

उच्च-सखलांचा, चढांचा, खड्यादगडांचा, वाटंचा – कशाचा इचार न करता ट्याक्टर पांदीतनं वर आला. खोपीकडं पिसाळलेल्या हत्तीगत धावला. जवळ येईल तसा सगळा माळ नि मळा हदराय लागला. मांडवाच्या मोकळ्या जागंत सावलीला शेळी नि बकरं बांधलं हुतं; दावं तोडून घेऊन ते पळालं. ट्याक्टर लांब हुता तवर कुतरं घाबरून भुकाय लागलं. पांदीतनं ट्याक्टर वर चढतानं चार पावलं धावूनबी गेलं. पर ट्याक्टर खोपीकडंच पळत येतोय असं बघून दन्नाट पळत परत आलं नि ट्याक्टर घाणवडीवर आल्यावर काँऽऽ काँऽऽ करून फळाफळा मुतलं नि जीव गेल्यागत वरडाय लागलं. समदा आवाजच कान किन्न करणारा.

रेडा मुरगळून घालावा तसा पाठीमागचा योक योक टायर दिसत हुता. पाठीमागच्या गाड्याला मोटारीगत दोन चाकं. त्यात समदं सामान.

"नारबा, भाकरीचा तुकडा नि डेचक्यातनं पाणी घेऊन ये." मालकानं पांढरी धोट कापडं घाटलेली.

तुकडापाणी घेऊन मी बाहीर आलो. मालक बुडी उतरला. माझ्या हातातलं डेचकं नि तुकडा घेऊन ट्याक्टरवर पाणी शिपडलं. तुकडा दोन्ही बाजूला मोडून टाकला.

"लावा तिकडं मांडवात सावलीला." मालक.

"ट्राली काढून ठेवाय पाहिजे." डायव्हर.

"ठेवा की."

डुईला तेल लावलेला नि गळ्यात तांबडाभडक रुमाल बांधलेला काळामिचकूट डायव्हर खाली उतरला. त्येनं ट्याक्टरचा मागचा गाडा झटक्यानं काढून ठेवला.

ट्याक्टर मांडवात दंगा करत नि जमीन रुतवत सरकला. त्येच्या चाकांखाली सोन्या-चाण्ण्याच्या शेणाच्या चिंध्या झाल्या. चाण्ण्यानं तर दोन्हीबी दावी तोडून घेटली नि त्यो माळावर जाऊन हुबा ऱ्हायला. घुर्र घुर्र घुर्र असा एकदम दांडगा आवाज करून ट्याक्टर एकदम जीव गेल्यागत बंद पडला. डायव्हरनं त्येच्यावर गाड्यातनं आणलेली ताडपदरी झाकली... आत भूत बसल्यागत दिसाय लागलं.

चाण्ण्याला माळावर जाऊन मी धरला. दावी गाठलून मांडवात गच्च बांधला.

हरकून गेलेला मालक मला आपूणहून सांगाय लागला.

"हे फाळ दिसत्यात हे नांगर. एका वक्ताला तीन तासं चिरत जात्यात. लागंल तेवढा खोल नांगूर सोडाय येतोय. आणि हे तवं दिसत्यात हे ढेकळं फोडायचं यंतर. ट्याक्टरच्या मागं लावलं की, पाऽर ढेकळांचा चुरा. ह्यो हिरीवर पंप बसवायचा. हिरीच्या काठाला न्हेऊन सुरू केला की ट्याक्टर घटकंत चाळीस चिऱ्याचं खांड पितंय. मुसांडा पाणी. उसात नुसता गारवा फोडून टाकतंय. रानं कुळवायला येत्यात, माती वडायला येती, खत वडायला येतंय; लई काय-बाय करायला येतंय."

"बरंच सामान हाय की."

"तर. – चला डायव्हर खोपीत. पाणी प्या चला."

मी डायव्हरला पाणी प्यायला आणून दिलं. त्येनं आपलं काळंमिचकूट हात धुतलं.

"मला भूक लागलीय मालक. सकाळपासनं पोटात काय गेलंच नाही माझ्या."

"तुकडा खावा की... नारबा, भाकरी दे रं तुझी. दुपारच्याला मी गावातनं भाकरी लावून देतो.'

डायव्हरनं माझी दुपारची भाकरी गपागपा खाऊन टाकली. पाणी पिऊन

निवाऱ्याला घटकंत घुर्रऽ घुर्रऽ घुर्रऽ घोराय लागला.

मालकानं दुपारी भाकरीच लावून दिली न्हाई. मी उपाशीच. दुपारनं माळव्याला मोट धरली... सोन्या-चाण्ण्या घरावर जप्ती आलेल्या माणसांगत एकदम गरीब दिसाय लागलं.

ट्याक्टरच्या नावानं शुक्कीरवारी रातरी चांदण्यात बकरं कापलं. ट्याक्टरला त्येचा निवद दावला. पन्नासभर माणूस पुन्ना जेवाय आलं.

मी वाढत हुतो. मालक मधनं फिरून कायतरी कायतरी बोलत हुता. अधनं-मधनं माणसांम्होरं भाकरीचं तुकडं टाकत हुता. माणसं नाकांच्या शेंड्यांवरचा घाम पुसत रस्सा भुरकत हुती. हाडं काढून टाकत, मऊमऊ मांस पोटात घालत हुती.

"येसबा, मनात आलं तर रोज दीडदीड एकर रान फाटून निघंल ह्या ट्याक्टरानं." मालक.

"व्हय की... सात हत्तींचं बळ असंल ह्येला."

"आता बघ साऱ्या गावाची काळजी मिटली."

"ती कशी काय?" शेजारचा हुपऱ्या गणू.

"आरं, ह्यो ट्याक्टर मी काय माझ्या एकट्यासाठीच आणलाय? साऱ्या गावाची रानं आता नांगरून देणार."

"भाड्यानं का फुकट?" मागच्या पंगतीचा इष्ण्या गुरव. माणसं एकदम ठसकं लागल्यागत हसाय लागली.

"फुक्कट? इष्णू, ट्याक्टरला पेटरूल घालावं लागतंय. घाम पाणी गळल्यागत गळला माझा सालभर."

"ते खरं हो. मग आमची बैलं हाईत की नांगराला. ट्याक्टरानं नांगरून का रानं दोन हुणार हाईत?"

"आरं, तुझ्या बैलांच्या दुप्पट खोल ह्येची नांगरट हुती. शिवाय एकराला साठ रुपयं भाडं बैलांच्या नांगरटीचं हुतंय. मी चाळसानं एकर नांगरून देणार हाय."

"हांऽऽ हांऽऽ! मग झेकास हाय. - रस्सा घाल रे नाऱ्या."

"बैलं ठेवायची दगदग न्हाई गा गावाला. तीन म्हैनं काम नि सालभर बैलांस्नी चारा घालणार कोण वाळला शेतकरी?"

"व्हय की."

माणसं माना डुलवत हुती. हंड्यातलं बकरं सपत चाललं हुतं नि हाडं मातीत पडत हुती.

तेवीस

पांढरं फटफटलं तरीबी उठावंसं वाटंना. दोनचार दीस झालं पोट बिघडून गेलंय. तीन दीस पोटात अन्नाचा कण न्हाई. साऱ्या जल्मात उपास घडल्यागत झालंय. ...मन तर नाव-नाव पाणी उडत चाललेल्या हिरीगत.

...लई दिसांनी आज कोंबड्याची आठवण झाली. त्यो वरडावा असं वाटलं.

...समद्या खोपीचीच वाचा गेलेली. पाट झाली तरी बाहीरचा मांडव गपगारच. कागदागत हालकाफूल झालेला. कमरंत खचलेला. वाशांचं किडमिडं हात भुईला टेकून वाऱ्यानं हलत कसा तरी जगतेला.

कुतरं अजूनबी उठाय तयार न्हाई. त्येनं अंगाची चुंबळ जास्तच केलीय नि मागच्या टांगड्यांत मुंडकं जावावं, अशा मनानं बसलंय. शेळी खुट्ट्याला एकटीच अडकून पडलेली. तिच्याबरोबर हुतं ते बकरं मालकानं एकाएकी हुत्याचं न्हवतं केलं.

...मोटा हुत्या तवा मळा पाटंपासनं गजबजायचा. चाण्णी उगवाय उठायचं. मी उठलेला बघून ढोरं आईमागनं लेकरं उठल्यागत चटाचटा उठायची. त्यांस्नी वैरणी टाकायच्या. माझी शेणंघाणं भरायची गडबड नि ढोरांची गपागपा वैरणी खाऊन मोटंला जायाची गडबड. दिसाचा गोंडा म्हवराय मोटांची झुम्मड. चाकांचं नाद, लावण्या, हिकडं-तिकडं मारलेल्या हाका... असा मळा. रामपाऱ्यातच

उठून देवाचं नाव घेत उद्योगाला लागलेला. एखादा चिरा प्याला की, मग दिसाचं उगवणं. पाटाच्या पाण्यात किरणाच्या आंघूळी.

आता किरणं पारूशीच वर आली. अंगावर येऊन मुक्यानंच तापू लागली. कुडातनं बाहीरचं समदं भगभगीत दिसू लागलं.

डोळा झाकवंना म्हणून उठून बसलो. अंगाबुडचं वाकळंचं बोतार नि घोंगडं तसंच गोळा करून अडदाणीवर टाकलं. मी उठलेला बघून शेळी हुबी ऱ्हायली. घाबरल्यागत मोठ्या डोळ्यांनी माझ्याकडं बघत टपाटपा खोंगाभर लेंड्या टाकल्या.

...म्यांऽऽ!

वैरण टाकायला कवळा भरून आणला नि मांडवात वळचणीला झुरळागत बसलेली ढोरं उठली. खाली माना घालून वैरणीचा वाळला पाला तोंडात मुरगळून घालू लागली. उगंचच वाटलं, पाला खाता आला असता तर आपूणबी त्येंच्याबरोबर खाल्ला असता.

शेणंघाणं काढली नि च्या करून प्यालो.

तास-दीड तास दीस आल्यावर डायव्हर शीट घालत आला.

"नाऱ्या."

ओ दिलीच न्हाई. आल्यापासनं ह्येच्या तोंडातनं एक दीसबी 'नारबा' आलं न्हाई.

"नाऱ्या."

"आऽ."

"ओ द्याला येत न्हाई व्हय रे?"

"दिली न्हवं."

"च्या कर च्या."

मी गप्पच. गावातनं आला की, ह्येला रोज च्या लागतोय. रोज मीच करून द्यायचा... आज माझं मलाच झालंय फुरं. जीव वैतागून गेलाय ह्या पोटानं. ह्येची नि कुठं उसाबर करत बसू?"

"नाऱ्याऽ."

"आऽ!"

"ट्याक्टर पुसला न्हाइस?"

"न्हाई पुसला."

"का?"

"जिवाला बरं न्हाई माझ्या."

"पूस अगोदर. कामं का तुझा बा येऊन करणार हाय?"

"बाऽचं नाव कशाला घेता इनाकारण मधी?"

"साल्या, उलट बोलतोस?"

"मी सरळच बोलतोय. तुम्हीच शिव्या देऊन बोलतासा."

"मग सरळपणानं ट्याक्टर पूस तर."

"पुसा की तेवढा आजच्या दीस. माझ्या हातापायांतलं न्याट गेलंय ह्या परसाकडनं."

"बेट्या, मालकाचं खाऊन माजलायस तू. मला उलटी कामं सांगतोस? मालक येऊ दे. मग बघतो तुझं परसाकडं."

"ते बघू मालक आल्यावर. तुम्ही शिव्या देऊ नका म्हंजे झालं." जीव हल्लक होऊन गेलेला. आवाजाला आवाज दिल्यावर मग सूर खाली उतरला. अंगावर काळी कापडं घालून ट्याक्टर पुसाय मांडवात गेला. वरची ताडपदरी काढली नि ट्याक्टर एकटाच घसाघसा पुसाय लागला.

गवताची आणखी एक-एक पेंडी पाड्यांस्नी टाकावी म्हणून व्हळीकडं चाललो.

ट्याक्टर पुसत पुसत डायव्हर पाठीमागं बिनबघताच चाण्ण्याकडच्या बाजूला गेला. वैरण खाणाऱ्या चाण्ण्यानं खाली मान घालूनच आडवी लाथ झाडली नि कवा न जवळ जाणाऱ्या डायव्हरचा गुडघा सणकला.

"आई गंऽऽ!"

मी पाठीमागं वळून बघिटलं. डायव्हर थूऽ थूऽ थूऽ करत लंगडत पळाला. खोपीसमोर वस्तीची काठी पडली हुती ती त्येनं घेटली नि चाण्ण्याचा मागचा पाय गवसून दणकं दिलं. मी गप्पच बसलो. काय बोलायलाच येईना. बघत तिथंच हुबा ऱ्हायलो.

काठीचं दणकं खाऊन-खाऊन चाण्ण्यानं उजवा पाय वर धरला. तरीबी दणकं पायावर बसतेलं.

"फुरं झालं की. किती मारता?"

"ह्योच का पाय? हं! ह्योच का पाय?" टिप्पिरं सुरूच. रक्तं उसाळली. चाण्ण्याचा पाय नाव-नाव वरच. जीव कळवळला. तिरमिरी आली नि झटक्यानं जाऊन डायव्हरच्या हातातली काठी हिसकावून घेटली.

"बाऽस झालं. लाख मोलाचं जितराप हाय ते. जिवाची माती करून थोरलं केलंय."

"ते का तुझ्या बाऽचं न्हाई. हिकडं आण ती काठी." म्हणून त्येनं सरळ हातातली काठी हिसकाहिसकी करून काढून घेटली नि पुन्ना चाण्ण्याच्या पाठीवर काठ्या वडाय लागला. काठ्या बसतील तसं पाडं चराऽरा वाकतेलं...

डायव्हरच्या डोसक्यात धोंडा उचलून घालावा असं वाटू लागलं. जीव तिरमिरला.

"डायव्हर!" वराडलो. मन उसाळलं नि डायव्हरच्या कमरंला मिठी घाटली. रिकाम्या पोटात जीव न्हवता तरी तसाच उचलून रानात न्हेला नि सोडून दिला. हात निखळूस्तवर काठीला हिसका मारला नि काठी काढून घेटली... रागानं अंग थरथरत हुतं. "याद राखा पुन्ना पाड्याच्या अंगावर काठी टाकलीसा तर."

"बऽरं. बघून घेतो तुलाबी भाद्दरा." म्हणत दणक्यानं वर चढला नि ट्याक्टर सुरू करून हिरीकडं पंप सुरू कराय गेला.

...माझ्या हातनं असं कसं झालं माजं मलाच कळलं न्हाई. डोसकं भिरमिटलं हुतं. पर आता एकाएकी हातापायांतली ताकद गेल्यागत झालं.

खोपीत जाऊन बसलो... मळा काय ह्या डायव्हरच्या बाऽचा न्हवं. ढोरं जतन करताना काय-काय करावं लागतंय, हे ह्येला काय कळणार हाय?

मळ्याकडं फेरी माराय आलेला मालक आला ते सरळ धावंवरच जाऊन बसला. तासभर डायव्हरसंगट बोलून मग माझ्याकडं आला. बोदावर बसून मी कशीबशी वाकुऱ्याची दारं मोडत हुतो. ऊन चटचटाय लागलं हुतं....

"नाऱ्या."

"आऽ."

"डायव्हरसंगट भांडलास व्हय रे?"

"का भांडलो ते न्हाई सांगिटलं?"

"सुक्काळीच्या, तुला काय कळतंय का न्हाई? का श्याण खातोस?" मालक तडकत चालला.

"काय झालं?"

"त्येच्यासंगट कशाला भांडलास? गेला म्हंजे येईल का त्यो?"

"आणि चाण्ण्या मेला असता तर पुन्ना आला असता व्हय? मरूस्तवर मारलं डायव्हरनं त्येला. पाय बघा जावा कसा वर धरलाय त्येनं."

"आरं, किती केलं तर जनावार ते. एखाद्या वक्ताला सोसायचं आपूण."

"आतापतोर लई सोसलं मालक." कढ आवरला न्हाई. डोळं रसरसून वल्लं व्हायलां लागलं. तरीबी मालकाला काय न्हाई. त्येचा सूर तुंबलेलाच.

"हे बघ, सोसवत नसंल तर तुझी तू वाट धर. तू न्हाई उद्या दुसरा कोण तरी पाणी पाजाय येईल. पर डायव्हर एकदा गेला की, पुन्ना त्या शरगावातनं हितं कुणी पाय धुऊन पाणी प्यालो तरी येणार न्हाई. आणि ऱ्हायाचं असंल

तर डायव्हर सांगंल तसं ऱ्हायाचं. कर म्हणंल ते करायचं. तोंड बंद ठेवायचं... उगंच मला वाळली रखरख नगं... कसं?''

उसाकडं बघत गप्प बसलो... मन उमळून पडलेल्या झाडागत झालं. तिथंच रानानं दुभंगावं नि पोटात घ्यावं असं वाटलं... पाय पाण्यात हुतं, हाताला वल्ला चिखूल माखलेला हुता, तेवढंच गार वाटत हुतं. वाकुरं पाण्यानं तुंबलं म्हणून जड हातानं दार फोडलं नि पाणी दुसऱ्या चिऱ्याला न्हेलं. मालक तणतणत पाठीमागं हात बांधून खोपीकडं गेला.

दीस डुईवरनं कलला. तरी पाणी बंद न्हाई. उनात तारताळ्या देत पाणी पाजत हुतो. भाकरी येऊन तासभर झाला हुता. पोटात तर तीन-चार दीस काय न्हाई. खावखाव करत हुतं. ट्याक्टर हिरीवर चालूच. कट्टाळलो नि दोन वाकुऱ्यांस्नी पाणी मोडून खोपीकडं भाकरी आणायला गेलो.

...चाण्ण्या पाय करूनच हुबा. तोंडाला म्होरकी आवळलेली. आवळलेल्या तोंडानं तसाच माझ्याकडं बघाय लागला. व्हळीचा दोन पेंड्या कडबा तोडला नि थोडा-थोडा पर्तेकाच्या फुड्यात टाकला... दोन भाकरी नि त्येंच्यावर उसळं घेऊन तसाच उसात गेलो. पाणी पाजता-पाजता भाकरी खाल्ली नि पाटाचंच पाणी प्यालो.

मी भाकरी खाल्लेली बघून डायव्हरनं ट्याक्टर बंद केला नि तसाच गावाकडं जेवून यायला चालला.

पाण्याला आट आल्यावर नजर हिरीकडं सरकली. हळूहळू हिरीवर गेलो... मोटक्या मेल्यागत ती तशीच गपगार. सित्या, गंग्या यायचं बंद होऊन आजचा पाचवा दीस. परवा दिशी मोटवाणीच्या गळ्यातला नाडा-सोंदूर काढून तिला न्हवरा मेलेल्या बाईगत केलेलं. नाडा-सेंदूर, चाक-कणा, शिवाळ-नाडा, समदं खोपीत आणून, मुरगळून, खोपड्याला रचलेलं. मोटा पार आत आणून, बाजूला अंधारात टांगण्याला टांगलेल्या. आता त्यांस्नी कवा तरी उंदरं कुरतडणार. भिंगरीसारख्या फिरलेल्या मोटा आता कायमच्या बंद.

...आता माझं तोंडबी बंद. नुसतं डायव्हरच्या हाताबुडी. त्यो सांगंल तेवढंच करायचं.

''नाऱ्या, ट्याक्टर पूस रे.''

नाऱ्यानं ट्याक्टर पुसायचा.

''नाऱ्या, पाणी पाजाय जा रे.''

नाऱ्यानं पाणी पाजाय जायचं.

''नाऱ्या, ट्याक्टरच्या तोंडात पाणी वत.''

बैलांच्या पाण्याची बारडी नाऱ्यानं ट्याक्टरच्या तोंडात वतायचीच. ''नाऱ्या,

कर.'' नाऱ्यानं करायचं. ''नाऱ्या, ऊठ.'' नाऱ्यानं उठायचं. ''नाऱ्या, बस.'' नाऱ्यानं बसायचंच. समदं डायव्हर म्हणंल तसं... चाण्ण्याचा एक पाय मोडला, पर माझं आता हात नि पाय दोन्हीबी काढून घेटलं जाणार... नाऱ्या बंद.

...खरं म्हंजे आता गाडीबी बंद. कुळव बंद. बैलांचा नांगूर बंद. कोळपी बंद, सगळं बंद. धाव, गोठा, ढोरं बंद... धनी मेल्यागत जनावरं निघून गेली तसं मीबी त्येंच्यामागं जायाला पाहिजे हुतं.

पोटात ढग आल्यागत घडघडलं. परसाकडला जावंसं वाटाय लागलं. खोपीत गेलो नि टंबरेल घेऊन वघळीकडं चाललो.

''...मालक, आतापतोर लई सोसलं. आता सोसवत न्हाई.''

''सोसवत न्हाई तर तुझी तू वाट धर.''

''धरू म्हणता वाट?''

''धर की, आत्ता धर.''

''मग धरतोच तर.''

''सूट असाच.''

...डोसक्यात घणांवर घण... चला. कशाला ऱ्हाऊ आता हितं? जगण्यासारखं काय ऱ्हायलंय माझं? हुतं ते समदं व्हगाडलं. पाऽर मातीला जाऊन मिळालं...

नांगरटीतनं पाय उचलतेलं. मन सैरभैर हिंडतेलं. हिंडून थकतेलं. तरी हिंडतेलं. फेसाटत चाललेलं. डोळं कोलमडतेलं.

रानभर नजर पसरली... जिवाला बरं नसल्यागत मळा दिसत हुता. सगळा माळ उलटा-पालटा होऊन नांगरून पडला हुता. जल्मात कवा फाटून गेला न्हवता असा फाटलेला. पोटातली आतडीच वर काढली हुती. किडं-मुंगी पाऽर आत गुडघाभर गाढून टाकलेली. सबंध माळावर कुठं झाडं, डगरी, वारूळ, कायबी दिसत नव्हतं. बोरीची झुडपं, लिळिंबी, घाणीरडं, बांध, झाडूरं, समदं गेलेलं. सालूसाल माळाच्या पोटात पाणी हुडकत ऱ्हायलेलं झाडाझुडपांचं मुळकांड वर येऊन उनात वाळून जातेलं... माळ गेला नि हे समदं आलं. आता माळावर ढोरं कशाला येतील नि पोरं करी कशाला येतील? चिमण्यापाखरं आता रानाचा जीव उडून गेल्यागत दुसऱ्या मुलखाला जातील. कुकूकोंबडा आणि मोरासाठी तरी आता कुठली झाडं नि झाडकांडं?... बघता-बघता समदं कापरागत हातातनं उडून गेलं. मुळं उलटून गेली. आतडी कुपावर उनात टाकली. पोटात नुसता कोंडा-भुसा. जीव कवाच उपसून गेलेला.

...चला! रग्गड झालं आता. नगंच ऱ्हायाला... म्हालिंग-शिवलिंग, नाग्या-वाघ्या, राम्या-भिम्या, गायरा-म्हसरांनू, चला. किड्या-मुंग्यांनू, माशा-गोमाशांनू,

तुम्हीबी चला!

...मातीतल्या मुळकांडा, तूबी चल. राना, तूबी चल. समदा गोतावळा घेऊन असंच माळानं माळ हुडकत जाऊ. मळा हुडकत जाऊ. हितं आता कोण हाय आपलं? आता पिकं ट्याक्टरनं येतील. इंग्रजी खतानं दुप्पट फुलतील. खंडीखंडीनं पिकंलं नि मालक ट्याक्टरनं म्हैनाम्हैनाभर सुगी वडंल. त्यात आपलं काय? समदं डायव्हरच्या हातचं. ट्याक्टरच्या मालकीचं... तुमची-आमची तोंड बंद, पिकंबी बंद नि हात-पायबी बंद.

...परसाकडला हितं बसायलाच नगं. असंच फुडं जाऊन शीव वलांडल्यावर कुठं तरी बसावं....

...नांगरटीतनं चालतानं पाय भरून यायला लागल्यात. लगालगा चालायलाबी येईना. टंबरलातलं पाणी डचमळाय लागलंय... एक-एक तास किती दांडगं हे! माळानं तोंड फाटूस्तवर आऽ केल्यागत. कुतरं सावलीगत पाठीमागनं यायला लागलंय... काय म्हणून येत असंल हे?

म्यांऽऽ!

म्यांऽऽ!

शेळी.

...तू आणि काय म्हणून वरडतीस? तुझ्या पिढ्याच्या पिढ्या मालकानं इकून पोटाला खाल्ल्या. तरी तू हितचं कशासाठी? गळा दाव्याला अडकून पडलाय म्हणून?... दावं खुट्ट्याला मिठी मारून बसलेलं आणि खुट्टाबी भुईत आत आत गच्च अडकून पडलेला... शेळी, दावं, खुट्टा, माती; किती दांडगी अडक ही... अडक-साखळी, शेळीमागं मांडव. मांडवात अडीकलेली ढोरं... ढोरांमागची खोप मनात अडीकलेली. खोपीच्या मागं आभाळबुडी अडीकलेलं रान... समदं मुकाट... अनवाणी. माळ तर एकटा-एकटा. आऽऽऽ केलेला. झाडं तुटली तरी आतआतली माती वल्ली ठेवलेला... मनाच्या गाठी फुटल्यागत वारुळं फुटली, बांध सप्पा झालं; तरी माती मातीतच मिसळून ऱ्हायली. कुठं जाणार दुसरीकडं? कुणाला सांगत न्हाई का कुणासंगं बोलत न्हाई. समदं आपलं आपल्यात निस्तारत. आदीच वनवासी... आता पाय उचलतानं तर जास्त जास्तच वनवासी.

...अंगात शिसं भरत चालल्यागत हुयाला लागलंय. पायांजवळचा ह्यो शिवंचा दगूड उरावर ठेवल्यागत वाटतंय. जडऽऽ जडऽ जऽड. सीतामाईगत बुडत जाणार ह्या वझ्यानं! समद्या माळभर रुतत जाणार! ...बरं हुईल. माती होऊन तरी जाईन. जिवाची, हाडामासाची, रक्ताची, समद्यासमद्यांची माती हुईल. दगडं हुतीलं, वडं-वघळी हुतील नि पडून ऱ्हातील. येईल त्येच्याबुडी रुतत

नि चुराचुरा हुईत गऽप... शिवलिंग-म्हालिंगा, तुमची माती हितंच पडली. कोंबड्या-कुतऱ्यांची, किड्या-किचवाडांची माती हितंच... कुठं जायाचं ह्या मातीनं? पाय तरी कसं फुटणार हिला?

...आरं देवा रं! हितंच शिवंवर परसाकडला बसतो आता. पाय गळाटल्यागत झाल्यात. काय ऊन हे! सोसवत न्हाई. घेरी याय लागलीय. जीव नसल्यागत वाटाय लागलंय. पोटात लईच ढवळाय लागलंय... भवतीनं रान फिरतंय... किती रानं ही. एका रानाची साठ रानं. साठाची सातशे... रानं... रानं... रानं. किती चालणार ही? काय करू तरी आता?....